లగ్ జా గలే

(హిందీ సినిమాల్లో విషాద గీతాలు)

పరేశ్ దోశీ

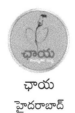

ఛాయ
హైదరాబాద్

LAG JAA GALE
Hindi Film Songs

Author: PARESH DOSHI
©Author
First Edition: DECEMBER, 2022
Copies : 500

Published By:
Chaaya Resources Centre
103, Haritha Apartments,
A-3, Madhuranagar,
HYDERABAD-500038
Ph: (040)-23742711
Mobile: +91-70931 65151
email: chaayaresourcescenter@gmail.com

Publication No.: CRC- 83

ISBN No. : 978-93-92968-42-6

Cover Design:
ARUNANK LATHA

Book Design :
Ankush Grafix,
Nallakunta Hyderabad

For Copies:
All leading Book Shops
https:/amzn.to/3xPaeId
bit.ly/chaayabooks

విషయసూచిక

1	హృదయాన్ని వెంటబెట్టుకుపోయే పాటలు	4
2.	Shades of Blues లగ్ జా గలే	5
2.	లగ్ జా గలే	8
3.	అద్దం నా నుంచి నా పూర్వపు రూపాన్ని కోరుతున్నది	11
4.	ఈ దాహార్త వీధులలో	16
5.	యెక్కడా శాంతి - ద్వీపం కానరాదే	21
6.	బాధా శృతిలో పాడిన పాటలే మధురం	29
7.	ఊపిరి దారాలతో కంటి దారుల గుండా	34
8.	పెదాల దాకా వచ్చి ఆగిపోయిన కథలు	37
9.	మత్తులో కూడా మనశ్శాంతి దొరకదే !	40
10.	హృదయం నాదే, ప్రేమే పరాయిది	43
11.	బుల్లేషాహ్ ఇంద్రజాలం	47
12.	కనుల దాహమన్నా తీరనీ	53
13.	నీ కష్టాలూ కన్నీళ్ళు నాకిచ్చేయి	57
14.	జ్ఞాపకాల నీడలలో	61
15.	కనులు, కలలు, కన్నీరూ	65
16.	గూడు మీద పాట	70
17.	యెలాంటి నిస్సహాయతతో కదా ఆమె నన్ను మరచిపోయి వుంటుంది!	75
18.	వాడిపోయిన ఈ పూవుని ముళ్ళతోనే తూచండ	81
19.	బందీ	86
20.	కళ్ళల్లో తుఫాన్ల అలజడి	92
21.	నేల మీద పరచుకున్న చుక్కలు	96
22.	వానజల్లే మంటలు రేపితే?	100
23.	తెగిన గాలిపటము	104
24.	ఈ గుండెల్ను సైతం మండించానే! యెదీ వెలుతురు?	109
25.	యెన్ని కన్నీళ్ళు సరిపోతాయి బాధాగ్నిని చల్లార్చడానికి?	114
26.	మీ చూపుల బాణాలు, రక్త సిక్తమైన నా హృదయమూ చూస్తాను!	118
27.	వైరముతో నైనా ఈ హృదయాన్ని గాయపరచడానికైనా రా!	122

హృదయాన్ని వెంటబెట్టుకుపోయే పాటలు

పాట అంటే కేవలం అరుపులే అవుతున్న కాలానా అందులో సాహిత్యాన్ని వెతుక్కోవడం వృథా ప్రయాసేమో అంటారు మిత్రులు. పాటలు పాడే గాయకులూ ఇదే మాటన్నారు. అందుకేనేమో పరేశ్ పాటను వెతుక్కుంటూ ఓ కాలమ్ రాశాడు. పాట అంటే ఇంకేమీ కాదు బాణీ కట్టిన కవిత్వమే. అందుకే పాటలో తనను కట్టిపడేసిన ఒక కవితా పాదం విన్నా దాన్ని పాడుకున్నాడు. పలవరించాడు.

పరేశ్ ఇదివరకు "హిందీ సినిమా పాటల్లో స్త్రీ పురుష సంబంధాల కాన్సెప్ట్"తో 'తెరే బినా జిందగీ' అనే పాటల వాఖ్యానాల సంకలనం తెచ్చాడు. ఇప్పుడు అదే కాలం లోని మరిన్ని పాటల వాఖ్యానాలను ఏరి మన ముందు పెట్టి చదువుకోండి అంటున్నాడు. అయితే, ఈ పుస్తకాన్ని చదువుతూ విన్నాను నేను. వింటూ పాడుకున్నాను. నామటుకు పాట వినడం అంటే అందులోని కవిత్వాన్ని ఎంజాయ్ చేయడం. ఆ కవిత్వానికి కట్టిన బాణీ, పాడిన గొంతు ఎంత న్యాయం చేశారు అనేది చూడటం. ఈ సంకలనం 'రాజా మెహదీ అలీ ఖాన్'తో మొదలై 'అహ్మద్ ఫరాజ్' ముగుస్తుంది. ఆ తోవలో శైలేంద్ర, సాహిర్, గుల్జార్, కైఫీ అజ్మీ, ఆనంద్ బక్షీ, రాజేంద్ర క్రిషన్, మజ్రూహ సుల్తాన్ పురీ లు మీకు తారసపడతారు. విషాదాన్ని తమ గొంతులో అద్భుతంగా పలికించిన తలత్ మహమూద్, లత, రఫీలతో మీరూ గొంతు కలుపుతారు. ఆ పాట విని ఉండకపోయుంటే యూట్యూబ్ లో పెట్టుకుని మళ్ళీ మళ్ళీ వింటారు. విన్నాక పరేశ్ ఏం రాశాడో మళ్ళీ ఓసారి చదువుకుంటారు. పుస్తకం చదవడం పూర్తయ్యాక పాత ప్రేమనూ, పక్కనే ఉన్న ప్రేమను యాది చేసుకుంటారు.

పరేశ్ అప్నే యార్ లగ్ జా గలే.

- అరుణాంక్ లత

ఛాయ తరఫున

Shades of Blues
లగ్ జా గలే

ఒకప్పుడు పాటల్లో ఎంతో వైవిధ్యముండేది. అందులో భాగంగానే విషాద గీతాలనబడే పాటలుండేవి. శ్రోతను రంజింపజేసే పాటలే కాదు, మనసును తడిపేసే పాటలు కూడా అంతే కట్టిపడేసేవి. ప్రజాదరణ పొందేవి. తర్వాత తర్వాత అవి నెమ్మదిగా తగ్గిపోయాయి. ఇప్పుడు అక్కడో పాట - ఇక్కడో పాట వినిపిస్తుంది అంతే.

ఒక ఇంటర్వ్యూలో, బహుశా 15-20 ఏళ్ళ క్రితమే, లతా మంగేష్కర్ అంటారు: 'ఇప్పటి సంగీతంలో అప్పటి ఇంద్రజాలం లేదు, అంతెందుకు ఇప్పుడు ఎవరన్నా విషాద గీతాలు రాస్తున్నారా, బాణీ కడుతున్నారా, పాడుతున్నారా?' అని. మాటలు అచ్చంగా ఇవే కాకపోవచ్చు కానీ భావం ఇదే.

ఇలా ఎందుకైంది? మానవ జీవితంలో ఎన్నో పార్శ్వాలు ఉంటాయి. ఎన్నో ఉద్వేగాలు ఉంటాయి. అమాయకత్వం, లేగదూడ ప్రాయపు ప్రేమ, ఆకర్షణ, సరదా, సంతోషం, ఉత్సాహం, సంబరాలు, ప్రేమ, వియోగం, దుఃఖం... ఇలా ఎన్నో. అయితే విషాద గీతాలు

పరిహరించడం జీవితాన్ని ప్రతిబింబిస్తుందా? మానవ జీవితానుభవాల్లోంచి వేదన మాయం అయి పోయిందా? వస్తు పరంగా మనిషి జీవితం ఎంతైనా ఎదిగి వుండొచ్చు, మానవ మూల అనుభూతులు అవేగా. మనిషి పోతే వియోగ బాధ, ప్రేమ పోతే దుఃఖభారం, మనసు కలత చెందితే చెమ్మగిల్లే కనులు, నిరీక్షణ లోని కలగలసిన బాధా సౌఖ్యాలు. ఇవన్నీ ఇప్పటికీ వున్నాయే.

అప్పుడూ ఇప్పుడూ ఒక వర్గం ఏమంటుందంటే, జీవితంలో బాధ వున్నది. దాన్ని తప్పించుకోవడానికే మనం కథలు చదివేది, సినిమాలు చూసేది. అక్కడా ఇదే బాధ అయితే బాధ రెట్టింపు అవుతుంది. అవసరమా?

నేను ఇంకోలా ఆలోచిస్తాను. ఒక విషాద గీతాన్ని వింటున్నప్పుడు ఆ పాత్ర దుఃఖాన్ని మన స్వంతం చేసుకుంటాము. మన జీవితం లోని ఏదో ఒక పార్శ్వానికి అది అద్దం పడుతుంది. ఆ బాధ మనదై పోతుంది. మనం ఆ పాట పాడుకున్నప్పుడు మరీ. ఏక కాలంలో గుండె బరువెక్కుతుంది, గుండె బరువు తగ్గుతుంది కూడా. Catharsis లాంటి అనుభవం. దాన్ని పూర్తిగా రద్దు చేసి, వెలి వేసి వున్న దాన్ని లేదు అని మనల్ని మనం భ్రమపెట్టుకోవచ్చా?

ఇలాంటి పాటలని కొంత మంది సెంటిమెంటల్ పాటలంటారు. ఈ సెంటిమెంటు అనే పదానికి మళ్ళీ వస్తాను. ఒక జ్ఞాపకాన్ని పంచుకుంటాను. నేను, మా ఆవిడ సుమిత, మిత్రుడు పూర్ణా, అతని భార్య ఇంకొంతమంది తిరుపతికి వెళ్ళాము. అదేం విచిత్రమో గాని ఆ వేళ అస్సలు జనం లేరు. నేరుగా గర్భ గుడిలోకెళ్ళి దర్శనం చేసుకున్నాం. తిరిగి విశ్రాంతికి చాలా సమయం మిగిలింది. మా స్నేహితుడి భార్య మరోసారి దర్శనానికి వెళ్దామంది. ఒక్కసారి చాలదా, అంత సెంటిమెంట్ ఏమిటి అన్నాడు. అసలంటూ ఆ సెంటిమెంట్ లేకపోతే ఇక్కడి దాకా ఎందుకొస్తాం అన్నది ఆమె. ఎవరి దగ్గరా సమాధానం లేదు.

సరే శృంగారానికీ, పోర్న్‌కీ మధ్య సన్నటి గీత వున్నట్టే - sentiment కీ maudlin కీ మధ్య సన్నటి గీత ఉంది. మొదటిది కాస్త ఏడిపిస్తుండేది మోతాదులో వున్న ఎమోషన్ అయితే, రెండోది తన అదుపులో తను లేనప్పుడు, మత్తులో వున్నప్పటిలా, కలిగే విపరీతమైన సెంటిమెంటు. ఒక మంచి కవి ఆ రెండో రకం స్పందనలు కలగకుండా రాయగలడు. పైపెచ్చు తన పాటలో

తగినంత తాత్వికత వుండేలా చూసుకునే అదనపు వీలు. కొన్ని పాత పాటలు గుర్తు తెచ్చుకోండి.

"నీ సుఖమే నే కోరుతున్నా. నిను వీడి అందుకే వెడుతున్నా." ఇందులో మెదడు, హృదయమూ సమానంగా పనిచేస్తున్నాయి. బాధా వివేకాలు రెండూ కనిపిస్తున్నాయి.

"అగాధమౌ జలనిధి లోన ఆణిముత్యమున్నటులే, శోకానా మరుగున దాగి సుఖమున్నదిలే"

"కావడి కొయ్యే నోయ్, కుండలు మన్నేనోయ్, కనుగొంటే సత్యమింతేనోయీ, ఈ వింతే నోయీ"

"మడిసి తోటి యేళాకోళం ఆడుకుంటె బాగుంటాది, మనసు తోటి ఆడకు మావా ఇరిగిపోతే అతకదు మల్లా".

"యాతమేసి తోడినా ఏరు ఎండదు, పొగిలి పొగిలి ఏడ్చినా పొంత నిండదు."

ఇలా ఎన్నో వున్నాయి.

ఆ సంవేదనలకు కాలం చెల్లిందా?

ఇదంతా ఎందుకంటారా? కొన్ని హిందీ విషాద గీతాల పరిచయానికి ఇది ఉపోద్ఘాతం. ఇక shades of blues అని ఎందుకన్నానంటే శోకం, వేదన, దుఃఖం లాంటివి ఎన్నో రకాలుగా వుంటాయి. తొలుస్తోయ్ అన్నట్టు: "Happy families are all alike; every unhappy family is unhappy in its own way."

ఇదివరకు "తేరే బినా జిందగీ" పేరుతో ఒక పుస్తకం తెచ్చాను. హిందీ సినిమా పాటల్లో స్త్రీ పురుష సంబంధాలు అన్న కాన్సెప్ట్‌తో. దానికి మంచి ఆదరణ లభించింది. ఈ సారి హిందీ సినిమా పాటలలో విషాద గీతాలను ఎంపిక చేసి మీ ముందు వుంచుతున్నాను. మీరు చదివి ఆదరిస్తారని భావిస్తాను.

ఇందులోని గొప్పతనం, అందం అంతా మూలంలో రాసిన కవులవి. తప్పులుంటే మాత్రం అవి నావే.

- పరేశ్ దోశీ

లగ్ జా గలే

ప్రేమ పాట, విరహం పాట అంటే ముందు గుర్తుకొచ్చే పాటల్లో “లగ్ జా గలే” వొకటి. ఎంతో అన్యోన్యంగా వున్న జంట విడిపోవాల్సి వస్తే ఆ బాధను వర్ణించడానికి తగిన మాటలు వుంటాయా? అలాంటి వాళ్ళ కలయిక స్మృతిపథం లో చెరిగి పోకుండా వుండాలంటే ఆ క్షణాలను మనసారా ఆస్వాదించవద్దూ? అందుకే ఆమె అంటుంది: “రా నన్ను మళ్ళీ ఎప్పుడూ కలుసుకోము అన్నంతగా కౌగిలించుకో. ఆ కాసేపైనా ఆ రెండు దేహాలు ఒక్కటైతే ఆ ఇద్దరి మనసుల్లోనూ అది నిలిచిపోయే దృశ్యమే కదా.

రాజా మెహదీ అలీ ఖాన్ ప్రేమ పాటలు, గజళ్ళూ చాలా బాగా రాశాడు. అవి అత్యంత ప్రజాదరణ కూడా పొందాయి. నువ్వు అనడానికి మీరు (ఆప్) అన్న పదం సినిమాకి మొదట ఆయనే రాసాడంటారు. ఈ పాటలో

కూడా ఆమె అతన్ని మీరు అని సంబోధిస్తుంది. నేను తెలుగు లోకి అనువదించేటప్పుడు నువ్వు అనే రాసాను. ఉర్దూ లో మీరు నప్పినట్టుగా తెలుగులో నప్పదు. మనకు నువ్వు అన్న మాట దగ్గరితనాన్ని సూచిస్తుంది. చేస్తే గీస్తే అంతకంటే గాఢమైన పదం వాడాలి. నా దగ్గర లేదు.

ఈ పాట గురించి రెండు విషయాలు పంచుకోవాలి. ఒకటి "అలీగఢ్" అనే చిత్రం. అది నిజ జీవితంలో జరిగిన ఒక ప్రొఫెసర్ కథ. ప్రేమమయుడు. అయితే అతను స్వలింగసంపర్కుడు. కానైతే ప్రేమ ప్రేమే కదా. ఒంటరిగా గదిలో చీకట్ల మధ్య రేడియోలో పాటలు పెట్టుకుని వింటుంటాడు. అప్పుడు వస్తుంది ఈ పాట రేడియోలో. అతను కూడా వంత పాడుతాడు. ఇక రెండో విషయం ఏమిటంటే ఈ పాట వినండి. ఒక గాఢమైన అనుభూతికి లోనవుతారు. సినిమా చూసి వుండక పోతే చూడండి. ఈ పాట సినిమా చివరికి గుర్తుకు తెచ్చుకోండి. విస్మయం. ఇలాంటిదే మరో పాట "జ్యూవెల్ థీఫ్" లో వుంది. "రులా కే గయా సపనా మేరా" అన్న లత పాటను వెన్నెల రాత్రి వేళ నదిలో, నావలో కూర్చున్న వైజయంతి మాల పాడుతుంది. పాటలుగా రెండూ గొప్పవే. అదనంగా దర్శకుడు వాటిని కథలో అల్లుకున్న తీరు అసమానమైనది.

లత ఈ పాటను మధురంగా పాడితే, సాధనా తన కళ్ళతో మత్తెక్కించేలా పాడింది. చూస్తూ వినతగ్గ పాట.

నీ గుండెలకు నను హత్తుకో
ఈ రేయి మరలా వస్తుందో రాదో
ఈ జన్మలో మరలా కలుసుకుంటామో లేదో

ఈ అపురూపమైన క్షణాలు మనకు సౌభాగ్యం కదా
మనసారా దగ్గరగా కంటి నిండుగా నన్ను చూసుకో
మరలా ఇలాంటి గడియలు నీకు రాసి వున్నదో లేదో
ఈ జన్మలో మరలా కలుసుకుంటామో లేదో

మరింత దగ్గరకు రా, మళ్ళీ మళ్ళీ నీ దగ్గరకు రానేమో
గుండెలకు హత్తుకుని మనసారా విలపించుదామా
మన కనులలోంచి మరలా ఈ (ప్రేమ కన్నీటి వాన కురుస్తుందో లేదో
ఈ జన్మలో మరలా కలుసుకుంటామో లేదో

(వో కౌన్ థీ (1964), రాజా మెహదీ అలీ ఖాన్, మదన్ మోహన్, లత)

Lag Ja Gale Ke Phir Ye Lyrics
Lag ja gale ke fir ye hasin raat ho n ho
Shaayad fir is janam men mulaakaat ho n ho

Hamako mili hain aj ye ghadiyaan nasib se
Ji bhar ke dekh lijiye hamako karib se
Fir ap ke nasib men ye baat ho n ho
Shaayad fir is janam men mulaakaat ho n ho

Paas aiye ke ham nahin ayenge baar baar
Baahen gale men daal ke ham ro le jaar jaar
Ankhon se fir ye pyaar ki barasaat ho n ho
Shaayad fir is janam men mulaakaat ho n ho

(Wo kaun thi (1964), Raja Mehdi Ali Khan, Madan Mohan

అద్దం నా నుంచి నా పూర్వపు రూపాన్ని కోరుతున్నది

అతను వొక గాయకుడు. విఫల వివాహానికి బందీ. అప్పుడు పరిచయం అవుతుంది ఆమె, అతని అసంపూర్ణ పద్యాలను అర్థంతో నింపుతుంది. వొక పాపను కంటారు. కనికరంలేని భార్యనుంచి విడాకులు తీసుకుని ఆమెను చేసుకోవాలని అతని ఆలోచన. కాని యెన్నో అవాంతరాలు. వొక ప్రమాదంలో ఆమె మరణిస్తుంది. పాప(పూజ)ను ఆమె తల్లిదండ్రులు పెంచుకుంటారు. అతన్ని దగ్గరకు కూడా రానివ్వరు. యేకాకి అయి అతను మద్యానికి బానిస అవుతాడు. ప్రపంచమే వెలివేసిన అతన్ని, పెద్ద అయిన పూజ తన తండ్రిగా గుర్తించి అతన్ని మద్యపు ఊబిలోంచి బయటకు తీసి, మళ్ళీ మామూలు మనిషిగా చేస్తుంది. అప్పుడు పాడుతాడు ఈ పాట:

అద్దం నా నుంచి నా పూర్వపు రూపాన్ని కోరుతున్నది
నా వునికీ ఆనవాళ్ళ నిరూపణే నా అయినవాళ్ళు కోరుతున్నది

బాధల శిథిలాలమధ్యనే దిక్కు తెలీక తిరుగుతూ వున్నా
కాలమేమో నా నుదుటిమీద ప్రతీ క్షణాన్నీ లెక్కగా చెక్కింది
యశము నా ఉన్మాదానికి బలి అవగా
మధుపాత్రిక నా గీతాలనే మింగేసింది
ఈ రోజు తిరిగి వచ్చేసరికి నా చిరునవ్వును కూడా నేను మరచిపోయాను
ఈ వూరు నన్ను విస్మరించింది, నేనూ ఈ వూరును విస్మరించాను
అద్దం నా నుంచి నా పూర్వపు రూపాన్ని కోరుతున్నది
నా వునికీ ఆనవాళ్ళ నిరూపణే నా అయినవాళ్ళు కోరుతున్నది

నా కళ నన్ను తిరిగి ఈ బజారులోకి తీసుకొచ్చింది
యిక్కడే కదా దయా ప్రేమలు అమ్ముడుపోయేది
ఇక్కడే తండ్రులూ వారి బంగారు కొండలూ అమ్ముడుపోయేది
ఇక్కడే గర్భము అమ్ముడుపోయేది, హృదయమూ తలా అమ్ముడు
పోయేది
దైవమే లేని ఈ నిరంతరం మారుతున్న లోకంలో
చాలా చవక ధరలకే దేవుళ్ళు అమ్ముడుపోయే బజారు ఇది.
ప్రతి కొనుగోలుదారునీ ఇక్కడ అమ్ముడుపోవడం చూశాను
నేనేం పొందగలను ఇక్కడ? ఇక్కడ యేవరేం పొందారని గనుక!
నా ఆకళింపు పువ్వా, నా చిన్నారీ పద వెళ్దాము మరో వైపు
నా ముద్దుల పాపా, పూజా, పద యింకెక్కడికైనా వెళ్దాము.

1991లో వచ్చిన చిత్రం "డాడీ". దర్శకుడు "అర్థ్", "సారాంశ్" లాంటి చిత్రాలను తీసిన మహేష్ భట్. రాజేశ్ రోశన్ అద్భుతమైన సంగీతం

సమకూర్చాడు. అనుపం ఖేర్ అద్భుతంగా నటించాడు. మాటలూ, స్క్రిప్ట్, పాటలు రాసింది సూరజ్ సనిం .ఇతను మహేష్ భట్ చాలా చిత్రాలకు రచనా సహకారం ఇచ్చాడు. కాని మొత్తం మీద చూస్తే యెక్కువ సినిమాలు చేయలేదు. పాతికేళ్ళ క్రితం చూసిన ఈ సినిమా, దీని పాటలు గుండెలో గూడు కట్టి వున్నాయి. మళ్ళీ పెట్టుకుని వింటే అప్పట్లానే హృదయమంతా చెమ్మగిల్లి పోయింది.

నేను అద్దం ముందు నిల్చుంటే అదేం చెయ్యాలి? నన్ను నన్నుగా చూపించాలి. అలా కాకుండా నా నుంచి నా పాత రూపాన్ని కోరితే నేనెక్కడికి పోవాలి? ఇంతకంటే భీతావహ దృశ్యం, విషాదకర సన్నివేశం మరొకటి వుంటుందా?

"అద్దం నా నుంచి నా పూర్వపు రూపాన్ని కోరుతున్నది"

నా వాళ్ళు అనబడే నా "అయిన" వాళ్ళు కూడా నా వునికిని నిరూపించుకోమంటే యెంచేసేట్లు! "నేను బ్రతికే వున్నాను" అని వాళ్ళను నమ్మించాల్సి రావడం కంటే వేరే దౌర్భాగ్యం వుంటుందా?

"నా వునికీ ఆనవాళ్ళ నిరూపణే నా అయినవాళ్ళు కోరుతున్నది"

నేను జీవితంలో నడిచిన దారులన్నీ శిథిలాలే. అన్నీ బాధల శిథిలాలే. బాధలు కనీసం సంపూర్ణ బాధలుగా కూడా మిగలని విధ్వంస దృశ్యం. (నాకైతే ఇక్కడ అజంతా చెట్లు కూలుతున్న దృశ్యం గుర్తుకు వస్తుంది).

"బాధల శిథిలాలమధ్యనే దిక్కు తెలీక తిరుగుతూ వున్నా"

అలాంటి దృశ్యాలన్నీ కాలం నా నుదుటిమీద చెక్కింది. ఇలాంటి నుదుటి రాత పగవాడికి కూడా వద్దు:

"కాలమేమో నా నుదుటిమీద ప్రతీ క్షణాన్నీ లెక్కగా చెక్కింది"

కాలం ఇన్ని మలుపులు తిప్పి నన్ను ఈ బజారున తీసుకు వచ్చి నిలిపింది. ఇక్కడ అన్నీ అమ్మకానికి పెట్టినవే! కలలు, కోరికలు, రక్త సంబంధాలు, ప్రేమలు, హృదయాలు. అందుకే నా బంగారు కొండను వేడుకొంటున్నాను : ఇంకెక్కడికైనా వెళ్ళిపోదామని.

"ప్రతి కొనుగోలుదారునీ ఇక్కడ అమ్ముడుపోవడం చూశాను

నేనేం పొందగలను ఇక్కడ? ఇక్కడ యేవరేం పొందారని గనుక!

నా ఆకళింపు పువ్వా, నా చిన్నారీ పద వెళ్దాము మరో వైపు

నా ముద్దుల పాపా, పూజా, పద యింకెక్కడికైనా వెళ్దాము."

సాహిత్యంలోని లోతు, రోశన్ సంగీతం, అనుపం ఖేర్ నటన చూసే వాని హృదయాన్ని పిండేస్తాయి. వొక సారి చూడండీ పాటలు.

"అద్దం నా నుంచి నా పూర్వపు రూపాన్ని కోరుతున్నది" ఈ వాక్యం చెవిన పడగానే నాకు అనివార్యంగా ఇంకొక గజల్ గుర్తుకు వస్తుంది. అది ఫైజ్ అహ్మద్ ఫైజ్ రాసింది. (నూర్జహాన్ పాడినది).

"ముఝ్ సె పెహ్లి సి ముహబ్బత్ మెరె మెహబూబ్ న మాంగ్" అంటే

(ప్రియా నా నుంచి నా ఆ పాత ప్రేమను కోరవద్దు.)

యెంత గొప్ప భావన! ఇలా పొడిపొడిగా కాదు, ఫైజ్ గురించి మరోసారి!

Aaina Mujhse Meri Pahli Si Surat Mange
Mere Apne Mere Hone Ki Nishani Mange

Main Bhatakta Hi Raha Dard Ke Virane Me
Wakt Likhta Raha Chehre Pe Har Pal Ka Hisab
Meri Shohrat Meri Deewangi Ki Nazar Hui
Pi Gayi Me Ki Botal Mere Geeto Ke Kitab
Aaj Lauta Hu To Hasne Ki Ada Bhul Gaya
Ye Shehar Bhula Mujhe Main Bhi Ise Bhul Gaya
Mere Apne Mere Hone Ki Nishani Mange
Aaina Mujhse Meri Pahli Si Surat Mange

Mera Fanphir Mujhe Baazar Me Le Aaya Hai
Ye Wo Ja Hai Ke Jaha Mehro Wafa Bikte Hai

Bap Bikte Hai Aur Lafte Jigar Bikte Hai
Kokh Bikti Hai, Dil Bikte Hai, Sar Bikte Hai
Is Badalti Hui Duniya Ka Khuda Koi Nahi
Saste Daamo Me Har Roj Khuda Bikte Hai
Bikte Hai, Bikte Hai
Mere Apne Mere Hone Ke Nishani Mange
Aaina Mujhse Meri Pahli Si Surat Mange

Har Kharidar Ko Baazar Me Bikta Paaya
Hum Kya Payenge Kisine Yaha Kya Paaya
Mere Ehsaas Mere Phul Kahi Aur Chale
Bol Puja Meri Bachi Kahi Aur Chale
Aur Chale, Aur Chale

(Daddy, Suraj Sanim, Talat Aziz, Rajesh Roshan)

ఈ దాహోర్త వీధులలో

హిందీ సినీజగత్తును అర్థశతాబ్ది పైగా తన పాటలతో యేలినవాడు అస్రార్-ఉల్-హస్సన్ ఖాన్ గా పుట్టిన "మజ్రూహ్ సుల్తాంపురి". 1919లో ఉత్తర్ ప్రదేశ్ లో పుట్టిన ఇతను మంచి గజల్ కారుడుగా, కవిగా ప్రఖ్యాతుడు. ఆ తర్వాతే సినిమా పాటల రచయితగా పేరు తెచ్చుకున్నది. యునాని వైద్యుడుగా వున్న మజ్రూహ్, తన గజళ్ళను ప్రజలు అంతగా ఇష్టపడటం చూసి, వైద్యం మానేసి, తన పూర్తి సమయాన్ని, దృష్టినీ, కవిత్వం మీదే పెట్టాడు. 1946లో బొంబాయిలో వొక ముషాయిరాలో ఇతని కవితాలాపన విన్న ఏ.ఆర్ కర్దార్ తను తీయబోయే "షాజహాన్" చిత్రానికి ఇతని చేత పాటలు రాయించుకోవాలని, ఇతని గురువైన 'జిగర్ మొరాదాబాది' చేత చెప్పించాడు. సినిమా పాటల మీద పెద్ద గౌరవం లేని రోజులవి. మజ్రూహ్ మొదట

నిరాకరించాడు. ఆ తర్వాత తన గురువు జిగర్ మొరాదాబాది నచ్చచెబితే ఒప్పుకున్నాడు. అలా మొదలైన అతని ప్రయాణం 2000లో మరణానికి ముందు వరకూ, అంటే 1996లో వచ్చిన "ఖామోషి" చిత్రం వరకూ నడిచింది.

నౌషాద్, మదన్ మోహన్ లు మొదలు, ఆనంద్-మిలింద్, జతిన్-లలిత్ ల వరకు ఇతని గీతాలకి సంగీతాన్ని సమకూర్చారు. తమ కమ్యునిస్ట్ భావాల వలన బల్రాజ్ సహానితో సహా మజ్రూహ్ కూడా అరెస్ట్ అయ్యాడు. ప్రభుత్వానికి వ్యతిరేకంగా ఇకమీద మాట్లాడను అని క్షమాపణ చెప్పమంటే చెప్పనందుకు రెండేళ్ళు శిక్ష పడింది. చివరికి 1993లో ప్రభుత్వం ఇతనిని సినిమాప్రపంచంలో అత్యున్నతమైన పురస్కారం 'దాదా సాహెబ్ ఫాల్కే'తో సత్కరించింది.

1970లో వచ్చిన వొక గొప్ప చిత్రం "దస్తక్". ఉర్దూ రచయిత రాజిందర్ సింఘ్ బేడి తన నాటకం 'నక్ల్-ఎ-మకాని' ఆధారంగా తీసిన సినిమా. హమీద్, సల్మాలు కొత్తగా పెళ్ళైన దంపతులు. బొంబాయిలో అన్నీ దొరుకుతాయి, అద్దెకు ఇళ్ళు తప్ప. అతికష్టం మీద వొక ఇల్లు సంపాదిస్తారు. అక్కడితో మొదలవుతాయి సమస్యలు. ఆ ఇల్లు ఇదివరకు వొక వేశ్య వున్న ఇల్లు. ఇప్పుడు వీళ్ళు వచ్చి చేరినా జనం సల్మాను కూడా అలాగే లెక్కించి, రాత్రిళ్ళు తలుపు తడుతుంటారు (దస్తక్ అంటే తలుపు తట్టడం). భర్త పనిమీద బయటకు వెళ్ళిన పగళ్ళూ, తిరిగి వచ్చిన తర్వాతి రాత్రులూ ఆమెకు నరకాలే. కమల్ బోస్ ఫొటోగ్రఫి(ఉత్తమ సినెమటోగ్రఫి), హృషికేష్ ముఖర్జి (ఇతను గొప్ప దర్శకుడు) ఎడిటింగ్, మదన్ మోహన్ సంగీతం(ఉత్తమ సంగీతం), సంజీవ్ కుమార్(ఉత్తమ నటుడు), రెహానా సుల్తాన్ (ఉత్తమ నటి), మజ్రూహ్ సుల్తాంపురి గీతాలు. వీళ్ళందరి వల్ల "దస్తక్" అనే కళాఖండం మనకు అందింది.

ఈ సినిమాలోదే ఈ వారం పాట : "హం హై మతా-ఎ-కూచా బాజార్ కీ తరహ్". ఇది సినిమా కోసం రాసిన పాట కాదు. ముందే మజ్రూహ్ రాసి పెట్టుకున్న గజల్. దీన్ని సినిమాలో పాటగా పెడదామంటే మొదట మజ్రూహ్ సందేహించాడు, అంత కష్టమైన పదాలు ప్రేక్షకులకు యెక్కవేమోనని. కాని మదన్ మోహన్ అతన్ని వొప్పించాడు. సినిమా కోసం పాటను కొంచెం సరళంగా తిరగరాస్తాను అన్నాడు మజ్రూహ్. తనకు కంట నీరు తెప్పించిన ఆ గజల్ ను యేమాత్రం మార్చడానికి వొప్పుకోలేదు మదన్ మోహన్. సినిమా కథకు

సరిగ్గా సరిపోయే 1,3,7 చరణాలను (షేర్లను) మాత్రం తీసుకుని పాట తయారు చేశారు. అన్నట్టుగానే మదన్ మోహన్ తన అద్భుతమైన బాణీతో అవే కష్టమైన పదాలను ప్రేక్షకుల పెదాల మీద ఆడేలా కూడా చేశాడు.

ప్రతి భాషకూ తనదైన సౌందర్యం వుంటుంది. స్వభావం వుంటుంది. ఉర్దూ భాషలో విశేషం యేమిటంటే ఆ భాషలో వున్న తియ్యదనం, శబ్ద లాలిత్యం, వినసొంపుగా వుండే గుణం, క్లుప్త-వ్యక్తీకరణకు వున్న అవకాశం ఇంకా యెన్నో. ఉర్దూలో తిట్లు కూడా మహా సాహితీ విన్యాసాల లాగా, హుందాగా వుంటాయి. ఇది ఇలా చదివిన వారికి వింతగా వుండ వచ్చు గాని ఉర్దూతో యేకాస్త పరిచయం వున్నవాళ్ళని అడగండి, చెబుతారు. నేను ఉ ర్దూ నేర్చుకోలేదు. నా తరం వారికి అంతో-ఇంతో ఉర్దూ అప్పటి హిందీ సినిమాల పుణ్యమాని వచ్చింది. ఇప్పటి హిందీ సినిమాలు చూస్తే మాత్రం, ఇప్పుడితంతా గతకాల వైభంగా మాత్రం మిగిలింది అని తెలుస్తుంది.

ఈ పాటను వొక తెలుగు గీతంలా అనువదించాను. కాబట్టి ఉర్దూ గజల్ కు వుండే లక్షణాలు తెలుగు లో కనబడవు. అనువాద సమస్యలను దృష్టిలో పెట్టుకుని నేను అవలంబించిన పద్ధతి, అనుసరించిన మార్గం ఇది. true translation వొకోసారి యెబ్బెట్టుగా వుంటుంది. యెలా అంటే ఇదే పాటలో "షయ్" అనే పదం వస్తువుని సూచిస్తుంది. ప్రియుడు దూరాన యెక్కడో వున్నా అతని ప్రేమపూరిత దృక్కుల లాంటి వస్తువేదో దగ్గరే తిరుగాడుతూ వుంది అన్నది కవితా వాక్యం. నేను అలా కాక "వస్తువు" అనే పదాన్ని వొదిలేసి "ఉనికి" అన్న పదాన్ని వాడాను. ఆ విధంగా కవితా భావనకు ప్రాముఖ్య తనిచ్చాను.

ఉర్దూ గజల్ తెలుగు అనువాదానికి వున్న పరిమితులను దృష్టిలో పెట్టుకుని చదివిన తర్వాత కూడా ఈ కవిత నచ్చితే గనుక, మూలంలో వున్న భాషాపరమైన, కవితా నిర్మాణపరమైన గొప్పదనాలను హించించటం కష్టం కాదు.

తెలుగులో తన గురించి చెప్పుకునేటప్పుడు "నేను" అంటాము. రాచరికభాషలో "మేము" వుంది. ఉర్దూలో యెక్కువగా "నేను"కు బదులుగా "మేము" అనటం కనిపిస్తుంది. అది చాలా కారణాలుగా అలా చెలామణిలో

వుంది. వొకటి తమకు తాము గౌరవం ఇచ్చుకోవడం. మర్యాద. యెదుటి వాళ్ళను కూడా వొక్కరే వున్నా "మీరు" అనటం, అది చిన్నపిల్లలనైనా. ఇది ఇంత వివరంగా యెందుకు రాస్తున్నానంటే కవితలో "మేము" అని చదివి వొక సమూహాన్ని వూహించకుండా వొక వ్యక్తిని మాత్రం వూహించాలని సూచన.

ఇది కాకుండా ఈ చిత్రంలో వున్న ఇతర మంచి పాటలు:

మాయి రీ మై కాసే కహూ పీర్ అపనే జియా కి

బైయా (నా ధరో ఓ సజనా

తుంసె కహూాన్ ఇక్ బాత్ పరో (స హాల్కి.

$$* \quad * \quad * \quad *$$

1   మేము అమ్మకానికి అన్నీ అమర్చిపెట్టిన బజారు వలె
     మా వైపు పడే చూపులేమో కొనుగోలుదారుల చూపుల వలె

2   ఈ దాహార్త వీధులలో ఘనంగా వో నిండు మధుపాత్రిక
     చేతికొచ్చింది ఆకస్మిక సంపద వలె

3   వారెక్కడో బహుదూరాన వున్నాగాని, హృదయానికి చేరువలో
     తిరుగాడుతున్నది వునికి యేదో స్నేహపూరిత దృక్కుల వలె

4   తిన్నగానే వెళ్తున్న ఈ ప్రేమదారులు సైతం ఊరికే అలా
     వొంకీలు పోతాయి ప్రియురాలి ముంగురుల వలె

5   పదునైన చేతిపార-కన్నులు వినా గడిచిపోయిన దారుల నడవకు
     అక్కడ ప్రతి పాదముద్రా దృఢంగా గోడల వలె

6   ఇప్పటికి వికసించాయి కదా ఉన్మత్తతానైపుణ్యాలు
     హృదయపు గాయాలునూ పెదవుల వలె, బుగ్గల వలె

7   "మజ్రూహ్" రాస్తున్నారు ఆ ప్రేమికుని పేరు
     మేము నిలబడి వేచి వున్నాము దోషుల వలె.

Original song

ham hai.n mataa-e-kuuchaa-o-baazaar kii tarah
uThatii hai har nigaah khariidaar kii tarah

vo to kahii.n hai.n aur magar dil ke aas paas
phiratii hai koii shah nigaah-e-yaar kii tarah

majaruuh likh rahe hai.n vo ahal-e-vafaa kaa naam
ham bhii kha.De hue hai.n gunahagaar kii tarah

is kuu-e-tishnagii me.n bahut hai ke ek jaam
haath aa gayaa hai daulat-e-bedaar kii tarah

siidhii hai raah-e-shauq par yuu.N hii kabhii kabhii
Kam ho ga_ii hai gesuu-e-diladaar kii tarah

ab jaa ke kuchh khulaa hunar-e-naakhuun-e-junuun
zaKm-e-jigar hue lab-o-ruKsaar kii tarah

(Dastak(1970), Lata Mangeshkar,Majrooh Sultanpuri,Madan Mohan.)

లగ్ జా గలే ❄ 20

యెక్కడా శాంతి – ద్వీపం కానరాదే

నేను పాతపాటలనే పరిచయం చేస్తూ వచ్చాను. ఇప్పుడు వస్తున్న సినిమాలలో మంచి పాటలు రావట్లేదని కాదు. ఇప్పుడు కూడా మంచి సాహిత్యం అందించే కవులు వున్నారు. వాళ్ళలో అమితాభ్ భట్టాచార్య వొకరు.

ఇప్పుడు పరిచయం చేస్తున్న ఈ పాట ఇతనిదే! "ఎయ్ దిల్ హై ముష్కిల్" సినిమాలో అమిత్ మిశ్రా, శిల్పా రావ్ లు పాడినది. సంగీతం ప్రీతం చక్రబర్తిది. పంజాబి, ఉర్దూ పదాలతో, సూఫీ ఛాయలున్న ఈ పాట రాక్ సాంప్రదాయం లో బాణీ తో పాత-కొత్త తరాల ప్రేక్షకులందరినీ ఆకట్టుకుంటుంది.

"బుల్లెయా" ను తెలుగులో బుల్లయ్యో గా రాశాను. అది బుల్లే షా ను సూచిస్తుంది. బుల్లేషా వొక పంజాబీ సుఫీ కవి, తత్త్వవేత్త. అతని కవితలను చాలామంది బాణీలు

21 ❄ పరేశ్ దోశీ

కట్టి పాడారు. నుస్రత్ ఫతే అలీ ఖాన్, ఆబిదా పర్వీన్, వాడాలి సోదరులు, రాహత్ ఫతే అలీ ఖాన్, రబ్బి షేర్గిల్ వాళ్ళల్లో కొందరు.

"వేదాలలో లేను, గంజాయి దమ్ములో లేను
మత్తుపానీయంలో లేను, తాగుబోతు మత్తులోనూ లేను,
మెలకువలో లేను, నిద్రలోనూ లేను
బుల్లయ్యా నాకు నేనే అపరిచితుడిని" (బుల్ల కి జాణా మై కోణ్)

"మందిరాన్ని గాని, మసీదుని గాని కూల్చటానికి జంకబాకండి
కాని ప్రేమ నిండిన హృదయాన్ని పగలనీకండి
యెందుకంటే అందులో ప్రియుని నివాసముంది
అంటాడు బుల్లయ్య" (బెషక్ మందిర్)

"యెవరి తల మీదైతే ప్రేమ నీడ వుంటుందో
వారి పాదాల కింద స్వర్గమే వుంటుంది" (చలో చైయ్యా చైయ్యా)
ఇలాంటి పాటలెన్నో!

బెంగాలీ వాడైన అమితాభ్ భట్టాచార్య గాయకుడిగా తనను నిరూపించుకుందామని ముంబాయికి వచ్చి పాటల రచయితగా పేరు తెచ్చుకున్నాడు. ఇతని మొదటి పాట "ఎమోషనల్ అత్యాచార్" (దేవ్ డీ) వొక కొత్త వొరవడిని సినిమా పాటలలో ప్రవేశపెట్టింది. ఆ తర్వాత ఆమిర్, ఉడాన్, బ్యాండ్ బాజా బారాత్, అగ్నిపథ్, బర్ఫీ, లుటేరా లాంటి చాలా సినిమాలలో పాటలు రాశాడు. చాలా వరకు పాటలు అనువాదానికి లొంగవు. ప్రయత్నిస్తే చాలా మటుకు సొబగులు తేలిపోతాయి. ఎమోషనల్ అత్యాచార్ గాని, అయిన్వీ అయిన్వీ (బ్యాండ్ బాజా బారాత్) గాని. వొక పాటలో ఆంగ్లం, హిందీ కలిపి వింత అందాన్ని సృష్టిస్తే, ఇంకో దాంట్లో పంజాబి వాసనలు, ఎనర్జీ అనువాదానికి లొంగవు. కాని యే పాట విన్నా మనసుకు హత్తుకుంటుంది.

ఎయి దిల్ హై ముష్కిల్ లో అన్ని పాటలూ బాగున్నాయి. చివరికి టాస్ వేసి దీన్ని యెంచుకున్నా. చదవండి, మీకు తప్పకుండా నచ్చుతుంది.

మన అందరికీ దేనికోసమో అన్వేషణ యెప్పుడూ వుంటూనే వుంటుంది. మనం కూడా పావురం లానే... సముద్రం పైని ఆకాశంలో గింగుర్లు తిరుగుతున్న పావురం, గిలగిలలాడుతున్నది. నిస్సహాయంగా రెక్కలను టపటపా కొట్టుకుంటుంది. యెక్కడన్న శాంతి-నివాసం వొక దీవి లాగ అయినా కనిపిస్తుందేమోనని.

"నా ఆత్మ-పావురం రెక్కలు టపటపా కొట్టుకుంటున్నా
యెక్కడా శాంతి-ద్వీపం కానరాదే
ఇప్పుడేం చేసేట్లు!"

"పువ్వును గట్టిగా కౌగిలించుకుని వున్న సీతాకోకచిలుకను రాల్చి చూడండి తుఫానులారా! వృక్షాలనైతే చాలానే కూల్చి వుంటారుగా" ఇది కైఫ్ భోపాలి అని మరొక కవి రాసిన షేర్.

ప్రేమ బలాన్ని సవాలుగా విసురుతుందీ పద్యం. ఈ పాటలో కూడా :

"పువ్వును గాఢంగా కౌగిలించుకున్న సీతాకోకచిలుకలా వలసరిని నేను
వో క్షణం ఇక్కడ నిలిస్తే, మరోక్షణం యెగిరిపోతాను నేను
స్వర్గానికి దారిని వెతుకుతున్న దారిని నేను
నువ్వు మలుపు తీసుకునే చోటే మలుపు తిరుగుతాను నేను"

ప్రత్యేకంగా ప్రతీ పాదాన్ని పరామర్శించాలని వుంది కాని, మీకు పాటకు మధ్య నేను అడ్డం తప్పుకుంటాను. మీరు పాట మత్తులో మునిగి తేలండి.

నా ఆత్మ-పావురం రెక్కలు టపటపా కొట్టుకుంటున్నా
యెక్కడా శాంతి-ద్వీపం కానరాదే
ఇప్పుడేం చేసేట్లు!
వొక్కసారన్నా సాక్షాత్కారమీయవు
అబద్ధపుదే అయిన దిలాసా అయినా యివ్వవు
ఇప్పుడేం చేసేట్లు!

రాంఝణా స్నేహితుడో, బుల్లయ్యో
నా పిలుపు వినవా బుల్లయ్యో
నువ్వే నా స్నేహం బుల్లయ్యో
నువ్వే నా గురువువి బుల్లయ్యో!
("హీర్ రాంఝూలలో రాంఝణా. లైలా మజ్నులలానే మరో జంట)
ఒయీ వెళ్ళిపోవాడా నీ గమ్యం
సరిహద్దు కావలే బుల్లయ్యో
నీకు కవచం ఆ దైవం బుల్లయ్యో
నా గురువు నువ్వే బుల్లయ్యో!

రాంఝణా స్నేహితుడో, బుల్లయ్యో
నా పిలుపు వినవా బుల్లయ్యో
నువ్వే నా స్నేహం బుల్లయ్యో
నువ్వే నా గురువువి బుల్లయ్యో!
ఒయీ వెళ్ళిపోవాడా నీ గమ్యం
సరిహద్దు కావలే బుల్లయ్యో
నీకు కవచం ఆ దైవం బుల్లయ్యో
నా గురువు నువ్వే బుల్లయ్యో!

పువ్వును గాఢంగా కౌగిలించుకున్న సీతాకోకచిలుకలా వలసరిని నేను
వో క్షణం ఇక్కడ నిలిస్తే, మరోక్షణం యెగిరిపోతాను నేను
స్వర్గానికి దారిని వెతుకుతున్న దారిని నేను
నువ్వు మలుపు తీసుకునే చోటే మలుపు తిరుగుతాను నేను
నీ బిడారుతో కలిసి సాగిపోవాలని వుంది
నాలోని లోపాలను చెక్కేసుకుంటూ నిను చేరే అర్హతను పొందాలనివుంది
ఇప్పుడు నేనేం చేసేట్లు!

రాంఝణా స్నేహితుడో, బుల్లయ్యో
నా పిలుపు వినవా బుల్లయ్యో
నువ్వే నా స్నేహం బుల్లయ్యో
నువ్వే నా గురువువి బుల్లయ్యో!
ఒయీ వెర్రివాడా నీ గమ్యం
సరిహద్దు కావలే బుల్లయ్యో
నీకు కవచం ఆ దైవం బుల్లయ్యో
నా గురువు నువ్వే బుల్లయ్యో!

అపరిచితులిద్దరు స్నేహితులుగా మారిననాటి నుంచే
వొంటరితనపు క్షణాలన్నీ రద్దయినాయి
యేల ఈ రోజు మరల ప్రేమించాలంటున్నదీ మనసు

తోసిపుచ్చటానికి ఈ హృదయం వంకలు వెతుకుతున్నా
శరీరం మాత్రం యే కట్టుబాట్లనూ లెక్క చెయ్యదే!
నిన్ను కలసిన క్షణం మొదలు
నాలో నా మీద నాకే తిరుగుబాటు

నాలో జ్వాల వెలుగుతూనే వుంది నీకై
నన్ను నేను నీకు అప్పగిస్తున్నాను, చూసుకో.

రాంఝణా స్నేహితుడో, బుల్లయ్యో
నా పిలుపు వినవా బుల్లయ్యో
నువ్వే నా స్నేహం బుల్లయ్యో
నువ్వే నా గురువువి బుల్లయ్యో!
ఒయీ వెర్రివాడా నీ గమ్యం
సరిహద్దు కావలే బుల్లయ్యో

నీకు కవచం ఆ దైవం బుల్లయ్యో

నా గురువు నువ్వే బుల్లయ్యో!

(అమిత్ మిశ్రా, శిల్పా రావ్, అమితాబ్ భట్టాచార్య, ప్రీతం)

(Original song)

Meri rooh ka parinda phadphadaye
Lekin sukoon ka jazeera mil na paaye
Ve ki karaan..
Ve ki karaan..

Ik baar ko tajalli toh dikha de
Jhoothi sahi magar tasalli to dila de
Ve ki karaan..
Ve ki karaan..

Raanjhan de yaar Bulleya
Sunle pukaar Bulleya
Tu hi toh yaar Bulleya
Murshid mera, Murshid mera
Tera mukaam kamle
Sarhad ke paar Bulleya
Parvardigar Bulleya
Haafiz tera, Murshid mera (x2)
Main taan gul se lipti
Titli ki tarah muhajir hoon
Ek pal ko thehroon, pal mein udd jaaun

Ve main tan hoon pagdandi
labhdi ae jo raah jannat ki
Tu mude jahan main saath mud jaaun

Tere kaarvan mein shamil hona chahun
Kamiya taraash ke main kaabil hona chahun
Ve ki karaan..
Ve ki karaan..

Raanjhan de yaar Bulleya
Sun le pukaar Bulleya
Tu hi toh yaar Bulleya
Murshid mera, Murshid mera
Tera mukaam kamle
Sarhad ke paar Bulleya
Parvardigar Bulleya
Haafiz tera, Murshid mera (x2)

Raanjhana ve......
Raanjhana ve......

Jis din se aashna se do ajnabi huve hain
Tanhaiyon ke lamhe sab multavi huve hain
Kyun aaj main mohabbat
Phir ek baar karna chahun
Haan......

Ye dil toh dhoondhta hai inkaar ke bahane
Lekin ye jism koi pabandiyan na maane
Milke tujhe, bagaawat khud se hi yaar karna chahun

Mujhme agan hai baaki aazma le
Le kar rahi hoon khud ko main tere hawale
Ve Raanjhna......
Ve Raanjhna......

Raanjhan de yaar Bulleya
Sunle pukaar Bulleya
Tu hi toh yaar Bulleya
Murshid mera, Murshid mera
Tera mukaam kamle
Sarhad ke paar Bulleya
Parvardigar Bulleya
Haafiz tera, Murshid mera (x2)

Murshid mera, murshid mera......

(Amit Mishra, Shilpa Rao, Amitabh bhattacharya, Pritam)

లగ్ జా గలే ✳ 28

బాధా శృతిలో పాడిన పాటలే మధురం

"హై సబసే మధుర్ వో గీత్ జిన్హే హం దర్ద్ కె సుర్ మే గాతే హై"

బాధా శృతిలో పాడిన పాటలే మధురం కదా

అవధులు దాటినపుడు ఆనందమూ కళ్ళనుంచి కన్నీరుగా వొలికిపోతుంది కదా

పరాయి వేదనని గుండెలలో పెట్టుకుంటూనే, నవ్వుతూ నవ్విస్తుండడం నేర్చుకో

ముసురుకొమ్మను తుఫానులను, నేనైతే ప్రేమ దివ్వెలు వెలిగించుతాను

ముళ్ళలోనే కదా పూచాయి పూలు, నా కోర్కెల రంగుల్లో

అమాయకులు వారు, ఈ ముళ్ళను తప్పించుకుంటూ వెళ్ళువారు

29 ❄ పరేశ్ దోశీ

బాధల చీకట్లు ముంచుకొచ్చినప్పుడు ఉదయం ఇంకెంతో దూరం లేదని తెలుసుకో

ప్రతి రాత్రీ నిన్ను ఈ మాటలను బహూకరిస్తుంది, ప్రతీ చుక్కా రాత్రికి వంతపాడుతుంది.

(పతిత, శైలేంద్ర, శంకర్-జైకిషన్, తలత్ మహమూద్)

శంకరదాస్ కేసరిలల్ శైలేంద్ర అంటే యెవరూ పోల్చుకోలేకపోవచ్చు. శైలేంద్ర అంటే "హిందీ సినీకవేనా?" అని అడుగుతారు. అలాంటి శైలేంద్ర **(1921-1966)**, సాహిర్, మజ్రూహ్, షకీల్ బదాయుని, కైఫి ఆజ్మి లాంటి మహామహుల మధ్య హిందీ పాటల లోకంలో తన ప్రత్యేక ముద్ర వేశాడు. అతని మనసంతా కవిత్వం మీదే వున్నా కుటుంబం గడవడానికి రైల్వేలో మెకానిక్కుగా పని చేయక తప్పలేదు. అతని మిత్రులు ఇతని కవిత్వపు పిచ్చి చూసి నవ్వుకునే వాళ్ళు. వొక ముషాయిరాలో ఇతను "జల్తా హై పంజాబ్" అన్న కవిత చదివి వినిపిస్తున్నప్పుడు ప్రేక్షకులలో దర్శకుడు రాజ్ కపూర్ కూడా వున్నాడు. అప్పుడు అతను తన మొదటి సినిమా "ఆగ్" తీస్తున్నాడు. శైలేంద్రని కలిసి తన సినిమాకు పాటలు రాయవలసిందిగా కోరాడు. "నా సాహిత్యం అమ్మకానికి కాదు" అని చెప్పి ఆ ప్రతిపాదనను తిరస్కరించాడు శైలెంద్ర. కాని, తర్వాత్తర్వాత పెళ్ళయ్యి, పిల్లలు పుట్టాక, ఆర్థిక ఇబ్బందులు యెదురవ్వడంతో ఇక పోరాడే వోపిక లేక, తనే రాజ్ కపూర్ ని కలిశాడు. అప్పుడు రాజ్ కపూర్ తన రెండవ చిత్రం "బర్సాత్" తీస్తున్నాడు. "అప్పుడైతే నాకు డబ్బు అవసరం లేక మీ ప్రతిపాదనను తిరస్కరించా, ఇప్పుడు నాకు ఆ అవసరముంది. మీరు మీ ప్రతిపాదనను రద్దు చేసుకోలేదు కదా!" అని అడిగాడు. ఆత్మీయాలింగనంతో ఆహ్వానించాడు రాజ్ కపూర్. అప్పటినుంచి "రాజ్ కపూర్, శైలెంద్ర, శంకర్-జైకిషన్"ల టీం హిందిలో వొకదాని తర్వాత ఇంకొకటి వరసగా యెన్నో మరపురాని పాటలనిచ్చారు. ఆ తర్వాత ఇతరులతో కూడా పని చేసి అద్భుతమైన పాటలు ఇచ్చాడు శైలెంద్ర.

శైలెంద్ర రచనా శైలి చాలా సరళంగా వుంటుంది. మామూలు పదాలు వాడుతూ, అనల్ప భావాలను వాటిలో ఇముడ్చుతాడు. అందుకే శైలెంద్ర పాటలు సామాన్యుడికీ నచ్చుతాయి, అలాగే సీరియుస్ కవిత్వాభిమానులకు

కూడా. తెలుగులో ఆత్రేయ కూడా చాలా సరళమైన భాషలో గొప్ప పాటలందించాడు. కొన్నిసార్లైతే అవి నికరంగా వచన వాక్యాలుగా అనిపించినా, గొప్ప కవితానుభూతినిస్తాయి.

ఇన్ని వేల పాటలలో యేది యెంచుకోవాలి? ముఖ్యం అన్నీ మంచివే అయినప్పుడు. ఈ పాట యెంచుకోవడం వెనుక ఇంకొక కారణం తలత్ మహమూద్ పట్ల నాకున్న ప్రేమ కూడా. నా యేకాంతపు క్షణాలెన్నో అతని స్వరాలే వెలుగుతో నింపాయి మరి.

బాధ జీవితానికి పర్యాయపదం అంటారు. బాధే సౌఖ్యమనే భావన రానీవొయ్ అంటాడొక తెలుగు కవి.

మరొక కవి తన దగ్గర నిరుపమ నితాంత దు:ఖంపు నిధులు కలవంటాడు. అయితే ఈ కవి దఃఖా?న్ని romanticise చెయ్యట్లేదు. ఇతనూ P B Shelly మార్గంలోనే కవిత అల్లుతున్నాడు. షెల్లీ అంటాడు కదా:

"We look before and after,
And pine for what is not;
Our sincerest laughter
With some pain is fraught;
Our sweetest songs are those that tell
Of saddest thought."

శైలెంద్ర కూడా :

"బాధా శృతిలో పాడిన పాటలే మధురం కదా

అవధులు దాటినపుడు ఆనందమూ కళ్ళనుంచి కన్నీరుగా వొలికి పోతుంది కదా" అంటాడు.

జీవితంలో బాధ అనివార్యం. దుఃఖం పట్ల మన దృష్టికోణం బట్టి వుంటుంది జీవితం. జీవితం అంటే వొక ప్యాకేజి. నాకిది వద్దు, అది మాత్రమే కావాలి అనే యెంపిక చేసుకునే వీలు లేదు. మొత్తంగా స్వీకరించాల్సిందే. కష్టపెట్టేది, బాధపెట్టేదీ వద్దనుకుంటూ వాటిని తప్పించుకు తిరిగితే మనం కోల్పోయేది వాటిని మాత్రమే కాదు. యెంత అందంగా చెప్పాడు :

31 ❄ పరేశ్ దోశీ

"ముళ్ళలోనే కదా పూచాయి పూలు, నా కోర్కెల రంగుల్లో

అమాయకులు వారు, ఈ ముళ్ళను తప్పించుకుంటూ వెళ్ళువారు"

పై వాక్యాలు ఈ పాటలోని గొప్ప అందాన్ని ప్రకటిస్తే, కవి దృక్కోణం పట్టిచ్చే వాక్యాలు ఇవీ:

"బాధల చీకట్లు ముంచుకొచ్చినప్పుడు ఉదయం ఇంకెంతో దూరం లేదని తెలుసుకో

ప్రతి రాత్రీ నిన్ను ఈ మాటలను బహూకరిస్తుంది, ప్రతీ చుక్కా రాత్రికి వంతపాడుతుంది."

ఇంకొక విషయానికి కూడా శైలెంద్ర చిరస్మరణీయుడే. ఫణీశ్వర్నాథ్ రేణు రాసిన "మారే గయే గులఫాం" కథ ఆధారంగా, బాసు భట్టాచార్యను దర్శకుడుగా "తీసరీ కసం" అనే సినిమా తీశాడు శైలేంద్ర. సుబ్రతో మిత్రో సినెమటోగ్రఫి (ఇతను సత్యజిత్ రాయ్ సినిమాలు షూట్ చేశాడు). రాజ్ కపూర్, వహీదా రహ్మాన్ నటించారు. పాటలు శైలెంద్ర, హస్రత్ జైపురి రాశారు. ఉత్తమ చిత్రంగా జాతీయ అవార్డు వచ్చింది గాని, సినిమా ఆడలేదు. కాని "తీసరీ కసం" హిందీ సినిమా చరిత్రలో వొక అపురూప చిత్రంగా పేరు తెచ్చుకుంది.

(Original song)

Hain sabse madhur woh geet jinhe
Ham dard ke sur me gate hai
Jab had se guzar jati hai khushi
Ansu bhi chhalakate aate hai
Hain sabse madhur woh geet

Kanto me khile hai phul hamaare
Rang bhare aramano ke
Nadan hai jo in kanto se

Daaman ko bachaaye jaate hai
Hain sabse madhur woh geet

Jab gam ka andhera ghir aaye
Samajho ke savera dur nahi
Har rat ki hai saugat yahi
Tare bhi yahi doharate hai
Hain sabse madhur woh geet

Pahalu me paraaye dard basake
Tu Hansna hansana sikh zaraa
Toofan se kah de ghir ke uthe
Ham pyaar ke dip jalaate hai
Hain sabse madhur woh geet.

(Patita, Shailendra, Shankar-Jaikishan, Talat Mehmood)

ఊపిరి దారాలతో కంటి దారుల గుండా

ఒక సినిమా చూసినపుడు ఇప్పటి యువత కొన్ని సీన్స్ తో ఐడెంటిఫై కాలేరు. పింజర్ సినిమాలో ఊర్మిళా మాటోండ్కర్ పాత్ర లాగా. తను కూడా కాలేకపోయిందేమో, అందుకే కావలసినంత డెప్త్ రాలేదు ఆ నటనలో. 1950 లో అమృతా ప్రీతం రాసిన నవల "పింజర్" ఆధారంగా 2003 లో సినిమా వచ్చింది. మనోజ్ బాజ్పాయ్ కి స్పెషల్ జ్యూరీ అవార్డ్ లభించింది. కథాకాలం 1947, పార్టిషన్ కాలం. పురో (ఊర్మిళా) కు వివాహం నిశ్చయం అయి వున్నది. ఇంట్లో సందడి. ఈ లోగా ఏవో పాత కక్షలు పెట్టుకుని రషీద్ (మనోజ్ బాజ్పాయీ) చేత పురో ని కిడ్నాప్ చేయిస్తారు. కిడ్నాప్ చెయడమైతే చేస్తాడు కానీ క్రమంగా ఆమె మీద జాలి, ప్రేమ, తను చేసిన పనికి పశ్చాత్తాపం

కలుగుతాయి. ఒక రాత్రి పురో తప్పించుకుని తన అమ్మ వాళ్ళింటికి వెళ్తుంది. కానీ పరువు మర్యాదా అంటూ, రషీద్ వాళ్ళ నుంచి దాడుల భయం అంటూ ఆమెను గుమ్మం లోనికి రానివ్వదు అమ్మ. గత్యంతరం లేక పురో మరలా రషీద్ నే చేరుతుంది. ఆమె వెళ్ళడం రావడం అన్నీ గమనిస్తూనే వున్నాడతను. మా తరం వాళ్ళు పార్టిషన్ చూడక పోయినా కొంత empathise కాగలము. మీరు కూడా అలా కా గలిగితే ఈ పాట మరింత నచ్చుతుంది.

చరఖాను తిప్పుతూ
నూలు వడుకుతూ
కలల కంబళిని నేస్తున్నది తల్లి
నాకు అర్థమూ కాదు
యెవరికి చెప్పుకోను నేను!

కొడుకుకేమో ఇల్లూ వాకిలినిస్తుంది
కూతురిని మాత్రం పరాయిదేశానికిస్తుంది
ఈ జగత్తున అమ్మాయి పుట్టనేల,
అప్పగింతల వేళ రానేల!

ఊపిరి దారాలతో
కంటి దారుల గుండా
కలల రాజ్యానికి సాగనంపుతుంది
మమతల కౌగిట
క్షణాల కలనేతలో
మనసునేల తాకే ఈ ఆఘాతాలు

(పింజర్ (2003), అమృతా ప్రీతం, ప్రీతం ఉత్తం సింఘ్, ఉత్తంసింఘ్)

(Original song)

Charakha chalaati maan
Dhaaga banaati maan

Bunati hai sapano ki kesari
Samajh na paau main
Kisako bataau main

Paiya chhudaati kyun desari
Beton ko deti hai mehal atariya
Beti ko deti pardes ri
Jag mein janam kyun leti hai beti

Saanson ki dori se
Aankhon ke galiyon se
Kyun deti sapano ka des ri
Mamata ki baahon mein
Lamahon ki dhaagon mein
Mann ko laage kaahe thes ri

(Pinjar (2003), amrita pritam, preeti uttam singh, uttam singh)

లగ్ జా గలే ❋ 36

పెదాల దాకా వచ్చి ఆగిపోయిన కథలు

యెందుకోగాని పాటల యెంపికప్పుడు యెక్కువగా గజళ్ళే తగులుతున్నాయి నాకు. ఈ సారి కవి "రాజిందర్ క్రిషన్". పాట "ఉనకో యే షికాయత్ హై కె హం కుచ్ నహీ కహతే", అదాలత్ (1958) చిత్రం లోది. సంగీతం మదన్ మోహన్ ది. వొక అందమైన గజల్ చదవడానికీ, వినడానికీ కూడా అందంగా వుంటుంది. ఇదే గజల్ ను వొకసారి నాయిక స్టేజీ మీద చదువుతుంది. అప్పుడూ అంతే అందంగా ధ్వనిస్తుంది. పాటలో అదనంగా అందం వచ్చేది మదన్ మోహన్ వల్ల. అద్భుతమైన బాణి. పాట ఆమె దాలుస్తున్న మౌనం మీద, ఆమె అసలు యేమీ మాట్లాడదు అని. అలాంటి వాక్యం "కుచ్ నహీ కహ్తే" ని చాలా సార్లు పలికించడం/పాడించడం ద్వారా అదనపు అందం కలిగించాడు. అసలే అది మౌనం, కానీ ఆ వాక్యమే repeat అవుతూ వుంటుంది.

37 ❄ పరేశ్ దోశీ

మదన్ మోహన్ కంపోజిషన్ గురించి ప్రత్యేకంగా చెప్పాలా! గజల్ నరనరం పట్టుకుంటాడు. తన స్వరాలతో దాని భావాన్ని అలా వెలిగిస్తాడు. నమ్మొద్దు, వినండి.

ఆ రోజుల్లో హేమా హేమీలు సాహిర్, మజ్రూహ్, కైఫి ల మధ్య రాజిందర్ క్రిషన్ కూడా తన స్థానాన్ని సుస్థిర పరచుకున్నాడు. 250 పైగా చిత్రాలకు పాటలు రాశాడు. వైవిద్యమైన పాటలు రాశాడు.

పెదాల దాకా వచ్చి ఆగిపోయిన కథల గురించి యేం చెప్పాలి! అదాలత్ చిత్రంలోని నాయిక తన జీవిత పర్యంతమూ యెన్నో కష్టాలు యెదుర్కొంటుంది. కాని పెదవి మీద వొక్క ఫిర్యాదు కూడా రాదు. అసలు యే మాటా పలకని, పెదవే విప్పని ఆమె స్థితిలో పాట యెలా వుంటుంది! మీరే చూడండి.

"ఉనకో యె ఆదత్ హై కె హం కుచ్ నహి కహ్తే" (అదాలత్)

అతనికి నా మీద ఫిర్యాదు : నేను పెదవే విప్పను

నాకున్న అలవాటే అంత : నేను పెదవే విప్పను

ఈ పెదాల మీద యెంతో వత్తిడి చేస్తుందీ హృదయం
కానీ నా పరిస్థితులే అంత : నేను పెదవే విప్పను

చెప్పడానికైతే చాలానే వుంది, అసలంటూ చెప్పదలిస్తే
ప్రపంచం కృప ఎంతైనా వుంది : నేను పెదవే విప్పను

ఏదన్నా అంటే మాత్రం ప్రపంచం దుమారాన్నే లేపుతుందే
ఈ మౌనాల మీదా ప్రళయాలే అయినా నేను పెదవే విప్పను

(అదాలత్ (1958), రాజిందర్ క్రిషన్, లతా మంగేష్కర్, మదన్ మోహన్)

(Original song)

Un ko ye shikayat hai ke

Ham kuchh nahi kahate

Kuchh nahi kahate

Apani to ye aadat hai ke
Ham kuchh nahi kahate

Majabur bahaut karta
Hai ye dil to zubaa ko
Kuchh aisi hi haalat hai
Ke ham kuchh nahi kahate

Kahane ko bahaut kuchh
Tha agar kehane pe aate
Duniya ki inaayat hai ke

Kuchh kehane pe tufan
Utha leti hai duniya
Ab isape qayamat hai ke

(Adalat (1958), Rajender Krishan, Lata Mangeshkar, Madan Mohan)

మత్తులో కూడా మనశ్శాంతి దొరకదే !

హిందీ సినిమా బంగారు యుగంలో సాహిర్, మజ్రూహ్, శైలేంద్ర, నీరజ్ లతో పాటు షకీల్ బదాయూని (1916-1970) కూడా తన వంతు సేవలందించాడు. ఆ రోజుల్లో కవులు బలహీన వర్గాల మీదా, సామాన్యుడి మీదా కవితలు రాస్తే షకీల్ తన కవిత్వాన్ని ప్రేమ చుట్టూ అల్లాడు. ఆ మేరకు ప్రకటనా చేశాడు. (అతని ప్రఖ్యాత గజలు బేగం అఖ్తర్ పాడినది "ఐ ముహబ్బత్ తెరె నాం పె రోనా ఆయా" గుర్తుందా?) నౌషాద్ తో మొదటిసారిగా "దర్ద్" సినిమాకు పని చేసి, మొదటి ప్రయత్నంలోనే పేరు సంపాదించు కున్నాడు. (ఉమా దేవి (టుంటున్) పాడిన పాట : అఫ్సానా లిఖ్ రహీ హూ అందులోదే.) ఆ తర్వాత నౌషాద్ తో చాలా హిట్టు సినిమాలే చేశాడు : దీదార్, బైజు బావరా, మదర్ ఇండియా, దులారి, షబాబ్, గంగా జమునా, ముఘలే ఆజం

లాంటివి. అలాగే రవి తో కూడా చౌదవీ కా చాంద్ లాంటివి. అనారోగ్యం (మధుమేహం) కారణంగా 53 యేళ్ళకే చనిపోయాడు. షకీల్ లో వొక విశేషం యేమిటంటే అతను అన్ని రకాల పాటలూ రాశాడు. గజలు, దేశభక్తి, ప్రేమ, జానపదం, భక్తి, వైరాగ్యం, విరహం, జీవితేచ్ఛ యెన్ని రకాల భావనలకు తావున్నదో అన్ని రకాల పాటలూ రాశాడు.

జీవితంలో నిరాశా నిస్పృహల ఋతువూ వస్తుంది. కన్నీళ్ళను దిగమింగే చీకట్లూ వస్తాయి. గుండెను రాయి చేసుకునే విద్యా, దుఃఖాన్ని గరళంలా మింగే విద్యా అలవడతాయి. ఆ సందర్భాలు వచనంలో అందంగా వొదగవు. కాని కవిత్వంలో, పాటలలో అలవోకగా స్థానం సంపాదించుకుంటాయి. దేవదాసు యేం చేశాడు? జీవితాన్నే మధుపాత్రికలోకి వొంపుకుని తాగాడే! మనసేమైనా శాంతించిందా? విఫల ప్రేమికులకు ప్రతిబింబంగా మిగిలి పోయాడు.

ఎమిలీ బ్రాంట్ నవల "వుదరింగ్ హైట్స్" ఆధారంగా దిలీప్ కుమార్, వహీదా రెహ్మాన్ ల తో "దిల్ దియా దర్ద్ లియా" వచ్చింది. అందులో పాట ఇది. దుఃఖాన్ని మరచిపోవడానికి మధువునాశ్రయించినా మనశ్శాంతి అందదు. వొంటరిగా వదిలేసి బిడారు సాగిపోయింది. దేనికైతే భయపడతాడో ఆ దు:ఖమే తోడు. అందుకే బాధల అగాధం నుంచి వేడుకుంటాడు. యేమని? ఈ జీవితపు అద్దాన్ని బద్దలు కొట్టండి, ఇందులో యేమీ కనిపించట్లేదూ అని. అంటే తన జీవితంలో ఇక యెలాంటి ఆశా మిగలలేదని! యెంత అందమైన భావన! తన జీవితాన్ని ప్రతిబింబించే అద్దంలో చూసుకుంటే యేమీ కానరావడం లేదంట. దాన్ని పగలగొట్టండి అంటున్నాడు.

నాకు ఇది వింటే ఆత్రేయ గుర్తుకొస్తాడు. "తాగితే మరిచిపోగలను, తాగనివ్వదు. మరిచిపోతే తాగగలను, మరువనివ్వదు".

ఈ పాట ఇప్పటికీ నిలిచిపోవడానికి నౌషాద్, రఫీ లు కూడా కారణం. శాస్త్రీయ రాగాల ఆధారంగా బాణీలు కట్టే నౌషాద్ దీన్ని కళావతి రాగంలో కూర్చాడంటారు. అలాగే రఫీ గొంతులోని మాధుర్యం, ఉచ్చారణ, భావావేశం పలికించే తీరు అనన్య సాధ్యం. "సాగర్" అన్న పదం వినండి, కళ్ళ ముందు వొణుకుతున్న మధుపాత్రిక ఆడుతుందా? ఆ పలకడం కూడా యెంత మత్తుగా పలుకుతాడో! అద్భుతమైన range వున్న గాయకుడు "ఓ దునియాకే

రఖ్వాలే" తారాస్థాయిలో పాడినా గొంతు కీచు పోదు. ఇలాంటి పాటలు మంద్ర స్థాయిలో మార్దవంగా పాడినా అంతే ప్రభావం చూపుతుంది. మీరూ ఆస్వాదించండి మరి.

"కొయి సాగర్ దిల్ కో బహలాతా నహి" (దిల్ దియ దర్ద్ లియ)

ఇక యే మధుపాత్రికా మనసును రంజింపచేయదే!
మత్తులో కూడా మనశ్శాంతి దొరకదే!

నేను రాయిని కానే, మనిషినే!
బాధకు భయపడనని యెలా చెప్పేది?

నిన్నటి రోజున అందరూ వున్నారు బిడారు కూడా
ఈ రోజు కనీసం దారి చూపే వారు కూడా లేరే!

జీవితపు అద్దాన్ని పగల కొట్టండి
ఇప్పుడిక ఇందులో యేమీ కానరావట్లేదు!

("దిల్ దియా దర్ద్ లియా" (1966), షకీల్ బదాయూని, రఫీ, నౌషాద్)

(Original song)

Koyee sagar dil ko bahalata nahee
Bekhudee me bhee karar aata nahee

Mai koyee patthar nahee insan hu
Kaise kah doo ghum se ghabarata nahee

Bekhudee me bhee karar aata nahee
Kal toh sab the, karwan ke sath sath

Aaj koyee rah dikhalata nahee

Jindagee ke aayine ko tod do

Koyee sagar dil ko bahalata nahee.

(Dil diya dard liya (1966), Shakeel Badayuni, Rafi, Naushad)

హృదయం నాదే, ప్రేమే పరాయిది

సినిమా పేరే కవితాత్మకంగా వుంది : దిల్ అప్నా ఔర్ ప్రీత్ పరాయి. (హృదయం నాదే, ప్రేమే పరాయిది). నా చిన్నప్పుడు చూశాను. ఇప్పుడు నచ్చుతుందో లేదో తెలీదు గాని ఆ పాటలన్నీ ఇప్పటికీ ఇష్టమే. వినడానికీ (ఆశ్చర్యంగా ఆ యేడు ఫిలింఫేర్ అవార్డుల్లో ఇది మొగల్-ఏ-ఆజం తో పోటీగా నిలిచి మరీ అవార్డు గెలుచుకుంది), చూడడానికీ (Josef Wirsching చేసిన తెలుపు నలుపులో చాయాగ్రహణం మరచిపోలేనిది. The light of Asia (Franz Osten & Himanshu Rai) లాంటి సినిమాలు చేసిన ఇతను జర్మనీ నుంచి భారతదేశానికి వచ్చి ఇక్కడా సినిమాలు చేశాడు. చివరి సినిమా పాకీజా, అది పూర్తి కాకముందే పోయాడు.) అలాగే రాజ్ కుమార్, మీనా కుమరి, నాదిరాల నటన కూడా.

పాటలో ఆ కోరస్ చూడండి. ఆ గిటార్ వినండి. ఆ పదాలను నాజూకుగా పలికే లతా మంగేష్కర్ స్వరాన్ని వినండి. కాస్సేపు ఈ లోకంతో మనకు పనే లేకుండా పోతుంది. ఈ పాట లో సంగీతం స్పానిష్ మాట్లాడే మెక్సికన్లు రూపకల్పన చేసిన హవాయియన్ సంగీతమట. హవయీ లో వచ్చిన పోర్చుగీసు లాంటి విదేశీయులూ, స్థానికులూ అందరూ కలిసి అభివృద్ధిలోకి తెచ్చిన సంగీతమే హవాయియన్ సంగీతం.

సరే, పాటలో సాహిత్యం గురించి చెప్పాలంటే: ఇదివరకే మనం చెప్పుకున్నట్టు శైలేంద్ర మామూలు మాటలతో అందమైన పాటలు అలవోకగా (అలా అనిపిస్తుంది, నిజం కూడానేమో) అల్లేస్తాడు. యేదన్నా పాటలో రెండు అందమైన వాక్యాలున్నా అది నా స్మృతిలో నిలిచిపోతుంది. ప్రతి వాక్యమూ అద్భుతంగా వుండాలన్న నిబంధన లేదు, నాకు. ఈ పాటలో నాకు బాగా నచ్చిన వాక్యం "యె రోష్నీ కె సాథ్ క్యూ ధువా ఉఠా చరాగ్ సె'' అన్నది. ఆ సందర్భం మొత్తం ఈ వొక్క వాక్యం చాలు పట్టించడానికి. కవితా పరంగా చూసినా మంచి వాక్యం.

రాజ్ కుమార్ వొక డాక్టరు. మీనా కుమారి వొక నర్సు. వారి మధ్య పరస్పర అభిమానాలున్నా, యేవో కారణాల వల్ల రాజ్ కుమార్ వివాహం నాదిరాతో అవుతుంది. వివాహానంతరం ఈ పాట. మీనా కుమారి ఆ క్షణంలో తన భావాలను ఈ పాటలో వ్యక్త పరుస్తుంది.

పాట అల్లిక కూడా పూసలో దారలా సాగుతుంది. వొక పూసల గొలుసులో మొదలేదో చివరేదో యెలా చెప్పడం? ఆమెకు కూడా ఈ గాథ గమ్మత్తుగానే అనిపిస్తుంది. ఆ జరిగిన వివాహం యెలాంటి గమ్యమో తామిరువురికీ తెలీదు అని భావిస్తుంది. తామిద్దరి మధ్యన వున్న ప్రేమను వొక దీపంతో పోలిస్తే అది వెలుగుతో మనస్సులను నింపుతూనే, ఆ పొగలతో మానసిక ఉక్కిరి-బిక్కిరి కూడా కలిగిస్తున్నది.ఆ ఉక్కిరి బిక్కిరి లో తను కలలోంచి లేచిందా, లేక కల కంటున్నదా అని సంశయం. తమ ప్రేమను కల అనుకోవాలా, లేక ఇప్పుడు జరిగినదాన్ని పీడ కల అనుకోవాలా తెలీదు.

అక్కడ తీసుకున్న పదచిత్రం దీపం. దాన్ని కొనసాగిస్తూ తర్వాత వాక్యాలు ఇలా వుంటాయి. ఇప్పుడాతని దీపం వేరొకరి జీవితం లో వెలుగును నింపింది

కాబట్టి శుభాకాంక్షలు తెలుపుతుంది. కాని యెలాంటి ఘడియలవి! ఆ వొక్క చర్యా (వివాహం) అతన్ని వొకరికి చాలా చేరువ చేసి, మరొకరికి మరీ దూరం చేసింది.

నాకు నచ్చిన ఇంకొక సంగతి ఈ పాటలో పాత్ర acceptance యెంత హృదయవిదారకమైన పరిస్థితి అయినా వొక సమ్యమనంతో, వొక పరిణతితో, వొక డిగ్నిటీ తో ఆ క్షణాన్ని స్వీకరించి చాలా నాజూకుగా సంవేదనలను వ్యక్త పరుస్తుంది. యెక్కడా అతి వుండదు.

వినండి మీకు కూడా నచ్చుతుంది.

"అజీబ్ దాస్తాన్ హై యే" (దిల్ అప్నా ఔర్ ప్రీత్ పరాయి)"
బలే గమ్మత్తైనదీ గాథ
మొదలేదో చివరేదో అంతు చిక్కని గాథ
ఈ గమ్యాలేవో అర్థం కాదు
తనకూ నాకూనూ

ఈ దీపం నుంచి వెలుగుతో పాటే
లేచాయి పొగలేమిటో?
నేనిప్పుడు కలనే కంటున్నానా?
లేక కలలోంచి మేల్కొన్నానా?

మరొకరి జీవితానికి నీవు
వెలుగైనందుకు శుభాకాంక్షలు!
ఒకరికి యెంత దగ్గరయ్యావంటే
మిగతా అందరికీ చాలా దూరం అయిపోయావు!

ఆ ఒకరి ప్రేమను సంపాదించి
కొత్త లోకాన్నే నిర్మిస్తావు
ఇక ప్రతి మునిమాపునా
నువ్వే గుర్తుకొస్తావు.

(దిల్ అప్నా ఔర్ ప్రీత్ పరాయి (1960), శైలేంద్ర, లతా మంగేష్కర్, శంకర్-జైకిషన్)

(Original song)

Ajeeb daastaan hai yeh
Kahan shuru kahan khatam
Yeh manzile hai kaunsi
Na voh samajh sake na hum

Yeh roshni ke saath kyoon
Dhuaan utha chiraag se
Yeh khwaab dekhti hoon main
Ke jag padi hoon khwaab se
Mubaarakein tumhe ke tum
Kisi ke noor ho gaye
Kisi ke itne paas ho
Ke sab se door ho gaye

Kisi ka pyaar leke tum
Naya jahan basaaoge
Yeh shaam jab bhi aayegi
Tum humko yaad aaoge

(Dil Apna Aur Preet Paraayi (1960), Shailendra, Lata Mangeshkar,
Shankar Jaikishan)

లగ్ జా గలే ❈ 46

బుల్లేషాహ్ ఇంద్రజాలం

హిందీ సినిమాలలో సూఫీ పాటలు యెప్పటినుంచో వస్తున్నాయి. ఈ వారం నేను తీసుకున్న పాట బాబీ చిత్రంలోది. "బేషక్ మందిర్ మస్జిద్ తోడో", చంచల్ పాడినది. అతని గొంతుకే వొళ్ళు జలదరిస్తుంది, ఆ పాటలోని పదాలు కదిలించేస్తాయి, సంగీతం తనువు వూపేస్తుంది. ఇక పాటను మీరు చూస్తున్నట్లైతే ముందు మీ హృదయాన్ని గల్లంతు చెయ్యడానికి అక్కడ వొక అందమైన రాక్షసి డింపల్ కాపడియా రూపంలో కాచుకొని వుంటుంది. ఇక ఈ పాటని యే కోణంలో ప్రస్తావించాలి? మన రంగం సాహిత్యం కాబట్టి అలా ముందు కెళ్ళి పోదాము.

పాట మొదటి రెండు వాక్యాలు బుల్లేషా నుంచి అరువు తీసుకున్నవి. పాట మొత్తంలో అత్యంత బలమైన వాక్యాలు.

యెవరీ బుల్లేషాహ్? చాలా సూఫీ పాటలలో ఇతను తగులుతుంటాడు? వొకసారి అతని గురించి కొంత మాట్లాడుకుంటే సరి! దానికి ముందు ఈ పాట రచయిత ఇందర్జీత్ సింఘ్ తులసి గురించి. ఇతను పంజాబీ, హిందీ, ఉర్దూ కవి. ప్రభుత్వం ఇతన్ని పద్మశ్రీ తో సత్కరించింది. ఒకసారి కవిదర్బారులో ఇతని కావ్య పఠనం విన్న నటుడు మనోజ్ కుమార్ ఇతన్ని తను తీస్తున్న "షోర్" సినిమాకు పాటలు రాయమన్నాడు. అలా అతను రాసిన "పాని రె పాని తెర రంగ్ కైసా", "జీవన్ చల్నేకా నాం" పాటలు బాగా ప్రజాదరణ పొందాయి. ఆ తర్వాత అతను రాజ్ కపూర్, ఎన్ ఎన్ సిప్పీ, బీ ఆర్ చోప్రా సినిమాలలో కూడా చేశాడు. అతని పాటలలో విశేషం లోతైన భావన, సరళమైన పదాలు, శైలి.

మానవత్వం మీద యెంత గౌరవం, ప్రేమా లేకపోతే కవి అంత మాట అనగలడు! గుడినీ, మసీదునీ పగలగొట్టడానికి సందేహించవద్దు, కాని ప్రేమ నిండిన హృదయాన్ని మాత్రం యెట్టి పరిస్థితుల్లోనూ పగలనివ్వవద్దు అంటాడు. అంటే ఈ కవి దైవాన్ని ప్రార్థనా స్థలాలలో కాదు చూస్తున్నది, ప్రతి మనిషిలోనూ, ప్రతి హృదయం లోనూ దర్శిస్తున్నాడు. ఇలాంటి చాందసభావ-విరుద్ధమైన రచనలు చేసిన బుల్లేషాహ్ (1680-1757) అసలు పేరు అబ్దుల్లా షాహ్. పంజాబి సూఫి కవి, మానవతావాది, తత్త్వవేత్త. ఇతను చనిపోతే శవాన్ని తమ సంఘ శ్మశానంలో ఖననం చేయనివ్వలేదు ముల్లాలు. చివరకు అతని శవాన్ని కసూర్ (qasur) లో ఖననం చేశారు. ఈనాటికీ ప్రతి సంవత్సరమూ ఉరుసులో అతని సమాధి దగ్గర జనాలు చేరి అతను రాసిన కాఫీలు పాడి, శ్రద్ధాంజలి ఘటిస్తారు. భారత దేశంలోనూ, పాకిస్తాన్లోనూ ఇతన్ని రూమీ, తబరేజ్ లకు సమానుడైన సూఫి కవిగా, తత్త్వవేత్తగా గౌరవిస్తారు.

ఇతని తండ్రి షాహ్ మహమ్మద్ దర్విష్ అరబ్బీ, ఫారశీకమూ, ఖుర్-ఆన్ చదువుకున్న మనిషి. ఆధ్యాత్మిక చింతనలుగల మహాత్ముడు. కుటుంబంలో బుల్లేషాను బాగా ప్రేమించింది అతని సోదరి. వారిరువురూ ఆజన్మాంతం అవివాహితులుగానే వుండిపోయారు. తండ్రి ఆధ్యాత్మిక చింతనల పట్ల ఆకర్షితులై వీరు కూడా తమ జీవితాన్ని ఆ దారులలోనే నడిపారు.

బుల్లేషాహ్ కి అరబ్బీ, ఫారశీక భాషలలో ప్రావీణ్యం వుందంటారు. అతని సాహిత్యంలో ఇస్లాం భావాలు, మార్మికతా కనిపిస్తాయి. మొదట్లో ఇతని గురువు హజరత్ గులాం ముర్తజా. తన తెలివితేటలూ, నైతిక బలం కారణంగా గురువు వద్ద చాలానే నేర్చుకోగలిగాడు. కాని అతనికి మార్మిక జ్ఞానంలో పరిపూర్ణత సిద్ధించడానికి అతను చాలా ఆంతరిక పోరాటాలే చేయాల్సొచ్చింది. అది అతనికి షా ఇనాయత్ కాద్రి గురువుగా లభించి వుండకపోయి వుంటే సాధ్యమై వుండేదికాదు.

బుల్లేషాహ్ ఈ గురువును కలవక ముందునుంచే కొన్ని ఆధ్యాత్మిక శక్తులు కలిగి వున్నాడు. ఒకసారి తను కాద్రి గారి తోటల గుండా వెళ్తుంటే ఇరుపక్కలా పళ్ళ చెట్లు బరువుగా కనబడ్డాయి. బుల్లేషాహ్ కి వొక చిలిపి ఆలోచన వచ్చి దైవాన్ని తలచుకొని వొకసారి ఆ చెట్లవంక చూశాడు. ఆ చెట్ల పళ్ళూ, కాయలూ నేలరాలాయి. పండిన వాటితోపాటుగా పచ్చివి కూడా రాలటం చూసిన కాద్రిగారికి విషయం అర్థం అయ్యింది.

"యేం నాయనా, పచ్చి కాయలు నేల రాలేలా చేశావ్?"

"నేనా? నేను నిలబడ్డ చోటునుంచి కదలనే లేదు, యే చెట్టూ యెక్కలేదు, నేనెట్లా పడేసినట్లు?"

"నువ్వు దొంగవే కాదు, తెలివైన వాడివి కూడా"

కాద్రి తీక్షణమైన చూపులు తాకగానే బుల్లేషా అతని కాళ్ళమీద పడిపోయి "గురువుగారు! నేను బుల్లేషాహ్ ను. దైవాన్ని యెట్లా దర్శించుకోగలనో మీరే తెలపాలి" అన్నాడు.

"దానికి అలా కిందకు చూస్తావెందుకు? లే! ఇందులో సమస్య యేముంది? ఇక్కడినుంచి పెరికి అక్కడ నాటాలి అంతే!"

ఆ కొన్ని మాటలకే బుల్లేషాహ్ కి జ్ఞానోదయమైంది. తగిన గురువు దొరికారు. అలాగే కాద్రిగారికి తను యెలాంటి శిష్యుడినైతే కోరుకుంటున్నాడో అలాంటి శిష్యుడే దొరికాడు.

దేవం పట్ల ప్రేమ బుల్లేషా హృదయం కరుణతో, క్షమతో నింపేశాయి. అతనికి కులమత భేదాల్లేకుండా అందరిలో దైవం కనిపించడం మొదలయ్యింది.

ఈ సందర్భంలో ఇంతకంటే యెక్కువ బుల్లేషాహ్ గురించి చెప్పుకోవడం భావ్యం కాదు. అతని కాఫీలు, అతని జీవిత ఘట్టాలూ మరోసారి మాట్లాడుకుందాము.

ఇక ఈ పాట వొక ప్రత్యేకమైన పాట. Classify చెయ్యాలేము. విశిష్టమైనది. చంచల్ గొంతులో వుండే ఇంద్రజాలం అపురూపం. అయితే ఇదే పాటకు దీటుగా మరొక పాట లత పాడినది ఇదే సినిమాలో వుంది. "అఖియోన్ కో రహనే దో అఖియోంకే ఆస్ పాస్ ". ఆనంద్ బక్షీ రాసినది. అది మరోసారి.

ఇంకో మాట చెప్పుకోవాలి. వొక్కోసారి ఒక పదం పునరుక్తి ఆ పాటకు, దాని అర్థానికి యెంతో గాఢతనిస్తుంది. ఈ పాట విషయానికొస్తే ఆ పదం "బొలన" (చెప్పడం). మీకు గుర్తుంటే గుల్జార్ పాట వొకటి "తెరె బిన జిందగి సె కోయీ షికవా తొ నహీ". అందులో "నహీ" (లేదు) అన్నది చాలాసార్లు వస్తుంది. అలా వొక్క పదమే యెన్నో వర్ణాలతో చిత్రాన్ని గాఢతరం చేస్తుంది.

పాట ఆస్వాదించండి.

"బేషక్ మందిర్ మస్జిద్ తోడో" (బాబీ)

మందిరమో మసీదో పగలగొట్టడానికి సందేహించవద్దు

అంటాడు బుల్లేషాహ్

కాని ప్రేమ వసించే, ప్రియతముడు వసించే హృదయాన్ని యెన్నడూ పగలనీకుమా

ప్రేమను తూచే తరాజులో వెండిని యెన్నడూ తూయవద్దు

ప్రియతమా

ఇంతకంటే యెక్కువ ఇంకేమీ చెప్పను

చెప్పలేను

చెప్పబోను

చెప్పజాలను

అంత పాపాన్ని వొడిగట్టలేను

ప్రేమా అగ్నీ వొక్కలాంటివే
నీళ్ళయితే మంటలనార్పుతాయి
కాని, ప్రియతమ కంట కన్నీరొలికిన
ప్రేమజ్వాలలు మరింతగా లేస్తాయి
నీ యెదుట కూర్చుని కన్నీరు పెడుతున్నా
ఈ వేదనలు నిండిన ఈ హృదయాన్ని విప్పజాలను
ప్రియతమా
ఇంతకంటే యెక్కువ ఇంకేమీ చెప్పను
చెప్పలేను
చెప్పబోను
చెప్పజాలను
అంత పాపాన్ని వొడిగట్టలేను

(బాబి (1973), ఇందర్జీత్ తులసి, నరేంద్ర చంచల్, లక్ష్మీకాంత్-ప్యారేలాల్)

(origninal song)
Beshak Mandir Masjid Todo (Bobby)

(Beshaq mandir masjid todo
Bulleshah ve kehta) - 2
Par pyaar bhara dil kabhi naa todo
Iss dil mein dilbar rehta
Jis palde mein toole mohabbat - 2
Uss mein chaandi nahin tolnaaa
Tauba meri na dholna main ni bolna
O nahin bolna jaa ve nahin bolna jaa

O main nahin bolna jaa

Bolna main nahin bolna

Tauba meri na dholna main ni bolna

(Aag te ishq baraabar dono

Par paani aag bujhaaye) - 2

Aashiq ke jab aansu nikle

Aur agan lag jaaye

Tere saamne baithke rona - 2

Dil ka dookhda nahin kholna

Dholna ve nahin bolna

O nahin bolna jaa ve nahin bolna jaa

Ve main nahin bolna jaa dholna main ni bolna

Tauba meri na dholna main ni bolna

Ve main nahin bolna o ve main nahin bolna

Ve main nahin bolna dholna main nahin bolna

Nahin bolna ve main nahin bolna - 3

(Bobby (1973), Inderjeet Singh Tulsi,Narendra Chanchal,
Lakshmikant-Pyarelal)

కనుల దాహమన్నా తీరనీ

పోయినవారం బాబిలోని చంచల్ పాట గురించి రాశాను. దీనికి సమానంగా లతా పాట వొకటి అందులోనే వుందని కూడా రాశాను. ఈ వారం ఆ పాట. "అఖియొంకో రెహ్నే దో అఖియొంకె ఆస్ పాస్". నాకెందుకో దీనికి కొనసాగింపు "హినా" చిత్రంలో "చిట్ఠి వే నీ దరద ఫిరాఖ వాలియే" అనిపిస్తుంది. రెంటి కవులు వేర్వేరు కాని సినిమా రూపకల్పన చేసినవారు వొక్కరే. రూపకల్పన అన్న మాట యెందుకు వాడానంటే బాబి క్రెడిట్ పూర్తిగా రాజ్ కపూర్ కి పోతుంది. కాని హినా అలా కాదు. అది చాలావరకు రాజ్ కపూర్ సృజన. స్క్రిప్ట్ అతనే రాసాడు. ఈ పాట కూడా తనే రికార్డు చేయించాడు. కాని అతని మరణానంతరం రణధీర్ కపూర్ దాని దర్శకత్వం వహించాడు. సినిమాకి పేపర్ వర్క్ యెంత కీలకం అంటే హినా చూడండి, అది రాజ్ కపూర్ చిత్రంలానే అనిపిస్తుంది. డబ్బూ సినిమా అంటే నమ్మ బుద్ధి కాదు.

53 ❄ పరేశ్ దోశీ

సరే, ఇది రాసింది ఆనంద్ బక్షి. నేను పని చేస్తున్న చోట మా మేనేజరుకి హిందీ సినిమా పాటల గురించిన జ్ఞానం విపరీతంగా వుండేది. అతని దగ్గర ఒరిజినల్ రికార్డులుండేవి. అంతే కాదు అపూరూపమైన పాటల, ఇంటర్వ్యూల కలెక్షనుండేది. నన్ను చూస్తే ఆయనకి చాలా ఆనందం, ఇష్టమైన విషయం మీద మాట్లాడుకోవడానికి తగిన (?) మనిషి దొరికాడని. వొకసారి అన్నాడు హిందీ పాటల్లో సాహిత్యం ఆనంద్ బక్షి రాక ముందు వరకు మాత్రమే వుందని. "ఆనంద్ బక్షీ వరకూనా?" అని అడిగా. లేదూ, అతనితోనే decline మొదలయ్యింది అన్నాడు. లేదండి అతని కాంట్రిబుషన్ కూడా తక్కువేం కాదు అన్నాను. అతని ఉహల్లో సాహిత్యం స్థాయి బహుశా చాలా యెక్కువేమో, నా మాట వొప్పుకోలేదు.

సరే ఈ ఆనంద్ బక్షి(1930-2002) గురించి నాలుగు ముక్కలు. ఇతను రావల్పిండి (ఇప్పటి పాకిస్తాను) లో పుట్టాడు. కాని దేశవిభజన తర్వాత ఇతని కుటుంబం ఢిల్లీ కు చేరింది. చిన్నప్పటినుంచీ కవిత్వం రాసే ఇతను ఆర్మీ లో పని చేశాడు. హిందీ చిత్రాలలో గాయకుడుగా, పాటల రచయితగా పని చెయాలని 1958 లో వచ్చాడు. గాయకుడుగా పేరు రాలేదుగాని, పాటల రచయితగా మంచి పేరు వచ్చింది. 1958 లో "భలా ఆద్మి" తో కెరీరు ప్రారంభించినా, బాగా పేరు "హిమాలయ్ కీ గోద్ మే" (1965) తో వచ్చింది. అలా 40 కు పైగా సంవత్సరాలపాటు హిందీ చిత్రాలకు పాటలు రాశాడీయన. చిన్న విషయమా?!

"సినిమా సందర్భంలోనే పాట దాగి వుంటుంది, నా పని దాన్ని వెలికి తీయడమే" అంటాడాయన. "తాల్" తీసిన సుభాష్ ఘయ్ కూడా ఇలానే అన్నాడు: "అతని పాటలు మొదటిసారే నచ్చాయి, అయితే సినిమా తీస్తున్న కొద్దీ అతని పాటలు నా కథలో యెంతగా కలిసిపోయాయో తలచుకుంటే, నా కథ నా కంటే అతనికే బాగా తెలుసుననిపిస్తుంది". అలాగే సందర్భం యెదురైనప్పుడల్లా అతను పంజాబీ భాష తళుక్కులు తన పాటలలోకి తీసుకొచ్చాడు. ("కొయి షహరి బబు దిల్ లహరి బాబు", "ని మె యార్ మణానా ని చహె లోగ్ బొలియాన్ బొలెయ్" ...)

"బిందియా చంకెగి చూడి ఖంకెగి" పాటలో "మైనె తుఝ్సె ముహబ్బత్ కీ హై, గులామి నహీ కీ బలమా" అంటాడు ("నేను నీను ప్రేమించానే గాని,

గులాంగిరి చెయ్యలేదు"). హీరోని హీరోయిన్ ఆటపట్టిస్తూ పాడే పాట. అయినా అలవోకగా యెంత పెద్ద మాట అనేశాడు.

అమర్ ప్రేం పాటలు తీసుకోండి. వొక్కొక్కటీ ఆణిముత్యం. "చింగారి కొయీ భడకే", "కుచ్ తొ లోగ్ కహెంగె". అలాగే ఆరాధనలో "కొరా కాగజ్ థా యే మన్ మెరా", దేవర్ లో "బహారోన్ నె మెరా చమన్ లూట్ కర్" (ముఖెష్) ఇలా యెన్నెన్నో వున్నాయి అతని ప్రజ్ఞను చాటేవి.

ఈ రోజు పాటలో కూడా మొదటి రెండు వాక్యాలు సాకి.

ఆ తర్వాతి రెండు వాక్యాలు ముఖడా. ఈ ముఖడా కూడా వొక పంజాబీ జానపద గీతం నుంచి inspire అయ్యి రాసినది.

నాకు బాగా నచ్చే వాక్యం ఇదీ :

"పగిలే హృదయాలు యెంతో విశేషమైనవి కదా!'

లతా గురించైనా వినక తప్పని పాట కదా ఇది!

"అఖియొన్ కో రెహ్నె దొ అఖియొంకె ఆస్ పాస్" (బాబి)

పగిలి, ముక్కలు ముక్కలై పోయిందీ హృదయం ఉరఃపంజరంలోనే
యింకేం మిగిలిందనీ జీవితంలో, రా కౌగిలింతలో ఒక్కటై చనిపోదాం

కనులను ఈ కన్నుల దరిదాపుల్లోనే మెలగనీ
దూరం నుంచైనా కంటి దాహం తీరనీ

జీవితంలో లభించే బాధలు తక్కువేమీ కాదు కదా
అయినా ప్రేమ తాలూకు బాధ అనదరికీ దొరకదు కదా!
పగిలే హృదయాలు యెంతో విశేషమైనవి కదా!

యిక పేరుకే మిగిలాయి ఆనందాలు ఈ జీవితంలో
నీకూ నాకు పనికిరాని ఆనందాలు
మిగిలిన జీవితం యిలా ఉదాశీనంగానే కదా గడపాలి!

(బాబీ (1973), ఆనంద్ బక్షీ, లతా మంగేష్కర్, లక్ష్మీకాంత్-ప్యారేలాల్)

55 ❄ పరేశ్ దోశీ

(Original song)

Tootke dil ke tukde tukde | Ho gaye mere sine mein
Aa gale lagke mar jaaye | Kya rakha hai jine mein
Ankhiyon ko rehne de ankhiyon ke aas paas - 2
Door se dil ki bujhti rahe pyas
Ankhiyon ko rehne de ankhiyon ke aas paas

Dard zamaane mein kam nahin milte - 2
Sab ko mohabbat ke gham nahin milte
Tutne waale dil hote hain kuch khaas

Reh gayi duniya mein naam ki khooshiyaan - 2
Tere mere kis kaam ki khooshiyaan
Saari umar humko rehna hai yun udaas
Ankhiyon ko rehne de

(Bobby(1973), Anand Bakhi, Lata Mangeshkar,
Lakshmikant-Pyarelal)

లగ్ జా గలే ❋ 56

నీ కష్టాలూ కన్నీళ్ళు నాకిచ్చేయి

మరోసారి సాహిర్. అయితే ఈ సారి ఈ పాటను యెంచుకున్నది జగ్జీత్ కౌర్ గురించి. చాలా విలక్షణమైన గొంతు, అలాగే గజల్ పాడే తీరు కూడా. ఈమె యెక్కువ పాడలేదు కాని, పాడినవన్నీ ప్రేక్షకుల మనసుల్లో నిలిచిపోయాయి. పంజాబీ జమీందారి కుటుంబం నుంచి వచ్చిన ఈమె మతాల అంతరాలు పట్టించుకోకుండా అప్పటికి వృద్ధిలోకొస్తున్న సంగీత దర్శకుడు ఖయ్యాం ని చేసుకుంది. ఈమె పాడిన పాటలు కూడా యెక్కువగా భర్త స్వరపరిచినవే. వొక ఇంటర్వ్యూలో మీరు యెక్కువ పాటలు పాడలేదెందుకని అని అడిగితే, పాటలు పాడకపోవడం వల్ల కలిగే విచారాన్ని కోల్పోయి, నా భర్తను అతను స్వరపరుస్తున్న పాటలలో సాయం చేస్తూ తృప్తిని పొందేను అన్నారు. అయినా ప్రతిభ ఒక్కటే సినిమా రంగంలో పైకి రావడానికి సరిపోదు కదా. అందరికీ తెలిసిన

విషయాలే అవి. ఈమెకు వొక్కడే కొడుకు, ప్రదీప్. కాని 2012 లో వీళ్ళు కొడుకును పోగొట్టుకున్నారు. కళాకారులు-టెక్నీషియన్లను సహాయం చేసే నిమిత్తం కొడుకు పేర వొక ట్రస్టును స్థాపించారు.

ఇక ఈ పాట గురించి చెప్పాలంటే సాహిర్ కి అలా అలవోకగా అల్లే నేర్పు ప్రతిసారీ అబ్బురపరుస్తుంది. వీటిలో కొన్ని ఉర్దూ పదాలు యెలాంటివంటే మూలంలో మనకు స్పష్టంగా కనిపిస్తాయి ఆ శబ్దచ్ఛాయలు. భావం కవి హృదయం నుంచి నేరుగా మన హృదయంలోకి ప్రయాణిస్తుంది. కాని తెలుగులో అనువదించేప్పుడు ఆ పదం యొక్క connotations అన్నీ తెలుగు పదాలలో ఒదగవు. ఉదాహరణకి పషేమానీ అన్న పదం అంటే regret అని. తెలుగులో విచారం సరిపోతుంది కాని అది పూర్తిగా న్యాయం చేసే పదం కాదు. విచారం అంటే sorrow లాంటి కొన్ని పదాలను కూడా స్ఫురిస్తుంది. అందుకే నేను యెన్నుకున్న పద్ధతి వొకటికంటే యెక్కువ పదాలను తీసుకోవడం. "వీరానా" అన్న పదం చూడండి: విడిచిపెట్టిన స్థలం. ఇది యేకాంతాన్నీ, నిరాదరణనీ, శిథిలాన్నీ సూచిస్తుంది. అందుకే తెలుగులో శిథిలాల యేకాంతాలు అన్నాను. కొన్ని కష్టాలు రంగంలో దిగిన తర్వాతే తెలిసివస్తాయి.

పాట కూడా అందంగా చిత్రీకరించారు. పియానో మీద పాడుతున్నది "నివేదిత". వింటున్నది కవల్జీత్, వహీదా రెహ్మాన్ లు. (తర్వాత కవల్జీత్ వహీదాలు పెళ్ళి చేసుకున్నారు). వాళ్ళ హావభావాలూ, క్లోజప్పులు, కళ్ళు, పాట ఇవన్ని కథను చెప్పేస్తాయి. వహీదా మనోభావాలు వ్యాకులతను, కవల్జీత్ కళ్ళు దుఃఖాన్నీ, విచారాన్ని, నివేదిత కళ్ళు reassuranceని ప్రకటిస్తాయి. నివేదిత ఆశించిన హృదయాన్ని వహీదా పొందిన తర్వాత కవల్జీత్ regret చేయాల్సి వచ్చిన కారణం సినిమా చూస్తే తెలుస్తుందేమో. (నేను ఇప్పటికీ చూడలేదు). పాటను ఇలా సింపుల్ గా అప్పట్లో చిత్రీకరించారు గాని, ఇప్పుడు ఊహించలేము కదా.

షగున్ సినిమా యేమోగాని పాటలు బాగుంటాయి. ప్రస్తుతానికి ఈ గజల్ ని ఆస్వాదించండి.

"తుం అప్నా రంజ్-ఓ-గం అప్నీ పరేషానీ ముఝే దేదో" (షగున్)

నువ్వు నీ కష్టాలూ కన్నీళ్ళు
నిన్ను సతాయించే వ్యాకులతలు
అన్నీ నాకిచ్చేయి
నీకు ఈ విచారగ్రస్త శోకం మీద ఆన
నీ హృదయ శిథిలాల శూన్యాలు నాకిచ్చేయి

ఒప్పుకుంటాను
నీ చూపుల్లో నాకే విలువాలేదు
అయినా కానీ
యీ కష్టమూ ఈ దుఃఖమూ నాకిచ్చేస్తేనేం!

నేనూ చూస్తా
యీ లోకం నీకు వీసమెత్తు
కష్టమైనా యెలా కలిగిస్తుందో!
యేదీ, ఒక్క రోజు కోసమైనా
నిన్ను చూసుకునే జవాబుదారీ నాకిచ్చేయి

నేను ఆశించిన హృదయం
వేరొకరి సొంతమయ్యింది
అయినా నువ్వు
నీ పశ్చాత్తాప విచారాలు నాకిచ్చేయి
అదే నాకు పదివేలు.

(షగున్ (1964), సాహిర్ లుధియాన్వి, ఖయ్యాం, జగ్జిత్ కౌర్)

Tum apna ranjo gum apni
Pareshani mujhe de do
Tumhe gum ki kasam is
Dil ki virani mujhe de do

Ye mana main kisi qabil
Nahi hun in nigaaho me
Ye mana main kisi qabil
Nahi hun in nigaaho me

Bura kya hai agar ye dukh
Ye hairani mujhe de do
Main dekhu to sahi duniya
Tumhe kaise sataati hai

Koi din ke liye apni
Nigahabani mujhe de do
Wo dil jo maine manga tha
Magar gairo ne paya tha

Badi inaayat hai agar usaki
Pashemaani mujhe de do

(Shagun (1964), Sahir Ludhiyanvi, Khayyam, Jagjit Kaur)

లగ్ జా గలే ❋ 60

జ్ఞాపకాల నీడలలో

సాయం సంధ్యలు. విరహంలో వున్న ప్రేమాత్మలకు అవి వేరే వర్ణాలలో కనబడతాయి. లేదా కలిసి పంచుకున్న గతకాలపు సంధ్యల జాపకాలను గాలులు మోసుకొస్తాయి. విరహపు రాత్రులు ప్రారంభం కావడానికి బీజాలు నాటుతాయి. గుండెలు బరువెక్కుతాయి. అలాంటి సాయం సంధ్యల మీద యెన్నెన్ని పాటలు!

తలత్ మహ్మూద్ పాడినది "షామే గం కీ కసం ఆజ్ గంగీన్ హై హం" (ఈ విషాదసంధ్య మీద ఆన, ఈ విరహం నే తాళలేను వొంటరి రాత్రుల మధ్య యేకాంత హృదయరోదనలు చూసి వెళ్ళు) (ఫుట్ పాత్, తలత్, ఖయ్యాం, అలీ సర్దార్ జాఫ్రి).

కిషోర్ కుమార్ పాడినది "వో షాం కుచ్ అజీబ్ థీ, యే షాం భీ అజీబ్ హై'' (ఆ సాయంత్రం బహు

61 ❄ పరేశ్ దోశీ

చిత్రమైనది, ఈ సంధ్య కూడా చిత్రమైనదేబీ ఆమె నిన్నా నా సమీపానే వుంది, ఆమె నేడు కూడా నా సమీపానే వుంది నా గురించిన ఆలోచనల బరువుతో నేల చూపులు చూస్తున్న ఆమె కనులు...) (ఖామోషి, గుల్జార్, కిషోర్ కుమార్, హేమంత్ కుమార్).

లతా మంగేష్కర్ పాడినది "యే షాం కి తనహాయియా ఐసే మే తెరా గం" (ఈ విరహపు సాయంత్రాలలో నీ గురించిన యెదురుచూపులు, ఆకు గలగలలాదినా ఉలిక్కిపడుతోందీ మనస్సు) (ఆహ్, శంకర్ జైకిషన్, లత, శైలేంద్ర).

ఇలాంటిదే వొక తలత్ మహ్మూద్ పాట : ఫిర్ వొహి షాం వొహి గం వొహి తనహాయి హై. రాసినది రాజేంద్ర క్రిషన్, చిత్రం జహా ఆరా, సంగీతం మదన్ మోహన్. పగటికీ రాత్రికీ మధ్య వచ్చిన ఆ సాయం అతన్ని గతంలో నిలవనీదు, ప్రస్తుతం కూడా ఊపిరి తీసుకోనీదు. జ్ఞాపకాలు మోసుకొచ్చే గాలి కూడా భ్రమలు కూడా తీసుకొస్తాయి. అతన్ని ఆమె పక్కనే కూర్చోబెడతాయి. కాలాన్ని వెనక్కు మళ్ళించే సాహసం చేస్తుంది మనసు. అంతలోనే తమ గమ్యాలు వేరుపడినది గుర్తుకొచ్చి, పూర్తి కాలేని సంభాషణల సాక్షిగా విరహాగ్నులను తలకెత్తుకుంటుంది అతని ప్రేమ. ఇలాంటి ఇంద్రజాలాలు మదన్ మోహన్ బాణీలు కడితేనో, తలత్ తన ముఖమల్-స్వరాలు పరిచినప్పుడో ఆశించడం సహజం. సఫలం కూడానూ. ఆ సంధ్యా గాలులు తలత్ స్వరంలో కూడా వొక vibrettoని కూర్చి వెళ్తాయి.

చిత్తుగా ఫ్లాప్ అయిన సినిమా, కాని పాటలు అజరామరం.

"ఫిర్ వహీ షాం వహీ గం వహీ తనహాయీ హై" (జహాఁ ఆరా)

అదిగో
మళ్ళీ అదే సాయంసంధ్య
అదే విషాదచ్ఛాయ
అదే వొంటరితనం

ఈ గుండెకు నిబ్బరం చెప్పడానికి వచ్చింది
నీ జ్ఞాపకమూనూ.

మళ్ళీ వో కల్పన
నన్ను నీ దరికి చేరుస్తుంది
గడియకోసమే అయినా
మరలా కాలం వెనక్కి మళ్ళుతుంది
మరి పిచ్చిది కదా!
ఈ మనసూ ఊరడిల్లుతుంది.

ఇక మరలా నిన్ను
కలిసే భాగ్యమున్నదో లేదో
సగంలో నిలిచిన సంభాషణకు
కొనసాగింపు వున్నదో లేదో.
నా గమ్యం
నీ గమ్యం నుంచి వేరుపడినది కదా.

మరలా నీ ముంగురుల గురించి, నీ మోము గురించీ
ప్రేమపూర్వక సంభాషణలు దొర్లుతాయి
యెడబాటు కలిగించే రాత్రే అయినా
ప్రేమ గురించిన సంభాషణలే నడుస్తాయి
ఆత్మక్షోభ పడటానికే
మళ్ళీ ప్రతిన బూనుతుందీ ప్రేమ.

("జహా ఆరా" (1964), రాజేంద్ర క్రిషన్,
తలత్ మహమ్మద్, మదన్ మోహన్)

(Original song)

phir vohi shaam vahi gam vahi tanahaai hai
dil ko samajhaane teri yaad chali aai hai

phir tasavvur tere pahalu me bithaa jaaegaa
phir gayaa vaqt ghadi bhar ko palat aaegaa
dil bahal jaaegaa aakhir ye to saudaai hai
phir vohi shaam

jaane ab tujh se mulaaqaat kabhi ho ke na ho
jo adhuri rahe vo baat kabhi ho ke na ho
meri mazil teri mazil se bichhad aai hai
phir vohi shaam

phir tere zulf ke rukhasaar ki baate hogi
hijr ki raat magar pyaar ki baate hogi
phir muhabbat me tadapane ki qasam khaai hai
phir vohi sham

"(Jahaan Aara)" (1964), Rajendra Krishan,
Talat Mahmood, Madan Mohan)

కనులు, కలలు, కన్నీరూ

ఒక పాటను పరిచయం చెయ్యడానికి నా దృష్టిలో ఆ పాటలోని సంగీతం కంటే కూడా సాహిత్యమే ముఖ్యం. ఈ క్రమంలో గుల్జార్ యెక్కువ సార్లు యెదురవుతాడు. సహజంగానే కవి. ఇక సినెమా పాటైనా కుడా అందులో కవితాంశ లేకుండా వదలడు. అందులోనూ అనేక రకాల ప్రయోగాలు. ఆశ్చర్యం యేమిటంటే ప్రేక్షకులు కూడా వాటిని అంతే ప్రేమగా ఆహ్వానించారు. "ఇస్ మోడ్ సె జాతే హై" (ఈ మలుపుల మీదుగానే వెళ్తాయి, కొన్ని నింపాది దారులు, కొన్ని వేగవంతమైన దారులూ), "హమ్నె దెఖి హై ఉన్ ఆంఖొ కి మెహకతీ ఖుష్బొ" (ఆ కళ్ళల్లో పరిమళాలు తాకి వాటికి యే బంధమూ ఆపాదించకు), "మెర కుచ్ సామాన్ తుమ్హారె పాస్ పడా హై" (నా సామాను కొంత నీ దగ్గరుండిపోయిందిబీ కొన్ని వర్షపు తడి పగళ్ళు,

65 ❄ పరేశ్ దోశీ

అలాగే నా ఉత్తరంలో చుట్టిన రాత్రినూ, ఆ రాత్రిని ఆర్పేసి నా సామాను నాకు తిరిగి పంపవూ ఇలా యెన్నెన్నో. కవిత్వం అర్థం చేసుకునే వస్తువు కాదు, ఆస్వాదించాల్సిన విశేషం గాని. ప్రేక్షకులు గుల్జార్ పాటలను యెంతో ప్రేమగా ఆస్వాదించారు, మళ్ళీ యెప్పటికీ మరిచిపోకుండా.

ఈ పాట "మాచిస్" సినెమాలోది. తనే దర్శకత్వం వహించాడు. సంగీతం విశాల్ భరద్వాజ్ ది (ఇతను తర్వాత సినెమా దర్శకుడు కూడా అయ్యాడు). 1984 నాటి ఆపరేషన్ బ్లూస్టార్ తర్వాతి పరిణామాల మీద సినెమా. యువత అగ్గిపుల్లలా, క్షణాల్లో తగలబడిపోవడానికి తయారుగా వుంటుంది అని సూచిస్తూ ఆ శీర్షిక. (ఇతని శీర్షికలన్నీ ఇలాంటివే: "పరిచయం", "వొడ్డు", "అగ్గిపెట్టె/అగ్గిపుల్ల", "చెడుగుడు/కబడ్డీ", "ప్రయత్నం", "ఋతువు", "తుఫాను"..)

ప్రేమ, జ్ఞాపకం, విరహం, విషాదం, నిద్రలేమి, కన్నీరు, కలలు ఇవన్నీ తరచుగా కనబడే కవితా వస్తువులు (recurring motifs). కన్నీటితో మొదలయ్యే పాట నెమ్మదిగా పర్వత సానువుల్లో యెక్కడో ఉన్నత వంశంలో పుట్టిన నది వైపు మళ్ళి దూరంగా వున్న తన ఇంటిని, ఇంట్లో ప్రియ జనులని చేరి ముగుస్తుంది. ఉప్పగా వుండే నీళ్ళు తన కళ్ళల్లో నిండిపోతే ఇక నిద్రకు జాగా యేం మిగులుతుంది? (ఇదే/ఇలాంటి వ్యక్తీకరణలు మరికొన్ని ముందు ముందు ఇస్తాను). ఈ ఉప్పు నీరు తన వొక్క దాని గాథ కాని ఇలాంటి గాథలు ఆ సందర్భంలో (post anti-sikh riots) ఇంకెందరివో కదా. అందుకే తర్వాత ఆమె నదీ ప్రవాహాన్ని సంబోధిస్తుంది. యేదీ స్పష్టంగా కనబడకుండా చేసే పొగ మంచుల మీదుగా, ఆ ఉన్నత సానువుల నుంచి దిగుతూ తన వూళ్ళో, తన యింటికి వెళ్ళ మంటుంది. అక్కడ ఆగి వుంది ఆమె మనసు. రుదాలి అంటే గట్టిగా యేడుస్తూ బాధను ప్రకటించే స్త్రీ. ఇదివరకు పెద్దవాళ్ళ ఇళ్ళల్లో యెవరన్నా పోతే ఇలాంటి రుదాలులను పిలిపించుకునేవారు యేడవడానికి. మరి అంతమంది ఆర్భాటంగా యేడవకపోతే వెలితి కాదూ? పరువేంకాను? ఇలాంటి రుదాలులవంటి (బీభత్స బాధాకర) రాత్రులను జాగ్రతాలలో గడపమంటుంది. మనకు శివరాత్రులెలాగో, అక్కడ అమ్మవారిని పూజిస్తూ, ఉపవాసాలుంటూ రాత్రంతా భజనలు పాడుకుంటూ జాగారం

చేస్తారు. మరి నిద్ర రాని రాత్రులన్నీ అమ్మ దయా కరుణలకై జాగారాలే కదా. (ఆ turmoilలో చిక్కుకున్న ఆ పాత్రల పగళ్ళూ రాత్రులూ అలా బీభత్సంగా మారిపోయాయి. యెక్కువ వివరంగా చెప్పాలంటే కథంతా చెప్పాల్సి వుంటుంది.) తన కళ్ళల్లో ఆనందంతో రెక్కలు టపటపలాడిస్తున్న పిట్టలను ఉప్పునీళ్ళు యెగరగొట్టేసి, నిద్దర్లు కూడా లేకుండా చేశాయి.

నా స్వభావ విరుద్ధంగా కొంత యెక్కువ వివరణే ఇచ్చినట్టున్నాను. కారణం మరేం లేదు. సినెమా కథ, ఆ సందర్భం తెలియకపోయినా ఇది చదివితే అందమైన కవిత చదివినట్టే వుంటుంది. ఇక ఆ కథ, సందర్భం అర్థమైతే కవితా నిర్మాణం యెంత గొప్పగా వుందో కదా అని అదనంగా సంతోషపడవచ్చని.

ప్రతి మనిషికీ జత కళ్ళు. వుంటే వాటిలో కలలు. కన్నీళ్ళు గనక వచ్చి చేరాయో ఇక కలలను గాని, నిద్రను గాని చోటు లేకుండా చేస్తాయి. ఇలాంటి వ్యక్తీకరణలే ఇంకొన్ని పాటలలోనూ చేశాడు.

"మాసూం" చిత్రంలో "దో నైన ఎక్ కహాని" చూడండి.

రెండు కళ్ళు : ఒక కథ
కాసిన్ని మబ్బులు, కాసిన్ని నీళ్ళు
ఒక గాథ!

రెండు చిన్ని సరస్సులలో అవి తేలుతుంటాయి
యెవరు విన్నా వినకపోయినా యేదో చెబుతూనే వుంటాయి
కొంత రాసుకున్న అక్షరాలతో, కొంత మౌఖికంగా!

తర్వాత "ఖుషబూ" అన్న చిత్రంలో " దో నైనో మై ఆన్సూ భరే హై" పాట చూడండి.

జంట కనులు కన్నీటితో నిండిపోతే
ఇక వాటిలో నిద్రకు చోటేది?

నిండా మునిగిన కళ్ళల్లో స్వప్నాల నీడలు
రాత్రిళ్ళు మాత్రం తోడున్నా, పగళ్ళు అవి పరాయివైపోతాయి

ఇక కళ్ళల్లో నిద్ర "పట్టే"దెలా?

ఇలా చాలా వున్నాయి పాటలు. మరో సారి ఆ ముచ్చట్లు. ప్రస్తుతానికి ఈ పాటను ఎంజాయ్ చేయండి.

"పానీ పానీ రె ఖారే పానీ రె" (మాచిస్)

ఒయీ
ఉప్పటి నీరూ
నా కనుల నిండిపో
నా నిద్దరలను ఖాళీ చేసి మరీ.

ఒయీ
నీరూ
నీ ఉన్నతమైన స్థానం నుంచి కొండలవాలుల వెంట దిగిపో
దారిలో వచ్చే పొగ మంచులూ, మబ్బులూ దాటుకుని దిగిపో
అలా అలా వొక వూరొస్తుంది, సాగిపో
అక్కడ వో యిల్లొస్తుంది, ఆగిపో
ఇక్కడ నా కనుల నిద్దర్లు ఖాళీ చేసి
అక్కడ నా యింటికి వెళ్ళిపో

రుదాలుల వంటి ఈ రాత్రులను జాగారంలో గడిపేయి
కమ్మగా పాడుతున్న పిట్టలు గనుక నా కళ్ళల్లో కనబడితే వాటిని యెగురగొట్టేయి
మంచులా పేరుకున్న ఋతువులు కరగ, వాటిని వసంతాలుగా మార్చేయి
ఇక్కడ నా కనుల నిద్దర్లు ఖాళీ చేసేయి.

("మాచిస్" (1996), గుల్జార్, లతా మంగేష్కర్, విశాల్ భరద్వాజ్)

(Original song)

Pani Pani Re Khaare Paani Re

Neendein Khaali Kar Jaa

Pani Pani In Pahaadon Ke Gharaanon Se
Utar Jaana
Dhuaan Dhuaan Kuchh Vaadiyaan Bhi Aayengi
Guzar Jaana
Ik Gaaon Re Ga Mera Ghar Aayega
Jaan Re Ghar Jaaye
Neendein Khaali Kar Jaaye

Ye Rudaali Jaisi Raatein Jagraaton Mein
Bita Dena
Meri Aankhon Mein Jo Bol meethe Paakhi to
Uda Dena
Barfon Mein Lage Mausam Pighle
Mausam Hare Kar Jaa
Neendein Khaali Kar Jaa

("Machis") (1996), Gulzar, Lata Mangeshkar, Vishal
Bharadwaj)

గూడు మీద పాట

"దిన్ ఖాలీ ఖాలీ బర్తన్ హై': 1977 లో ఘరోందా చూసినప్పుడు పాటలోని ఈ వాక్యం నన్ను కట్టేసింది. అప్పటిదాకా సినెమా పాటలలో ఇలాంటి వాక్యం వినలేదు. మహానగరంలో ఆ వొంటరిగాడి పగళ్ళు యెలా వున్నాయో అంతకంటే వేరే విధంగా చెప్పలేమేమో అనిపించేలా వుంది. పగళ్ళు ఖాళీ గిన్నెలలా వున్నాయట! ఆ తర్వాత అలాంటి వ్యక్తీకరణలు గుల్జార్ నుంచి ఆశించడం సాధారణమై పోయింది.

ఇప్పుడిది రాయడం కోసమని నిన్న మళ్ళీ ఈ సినెమా చూశాను. అప్పటి కంటే ఇప్పుడు యెక్కువ నచ్చింది. అసలు సినెమా గురించి చాలా రాయాలని వుంది. కాని మరోసారి. ఈ చిత్రంలో ఈ పాటల రచయితా, స్క్రీన్ ప్లే రాసినదీ గుల్జార్. రెండూ చాలా గొప్పగా చేశాడు. అందులో తను

వొక స్వతంత్ర దర్శకుడు కూడా. (ఈ సినెమా దర్శకుడు మాత్రం భీంసేన్). కాబట్టి పాట అంత ప్రభావవంతంగా వచ్చింది. ఘరోందా అంటే గూడు. ముంబై మహానగరంలో అన్నిటికంటే పెద్ద సమస్య ఇల్లే. అమోల్ పాలేకర్, జరీనా వహాబ్ లు వొక ప్రైవేటు సంస్థలో పని చేస్తుంటారు. అతను మరో ముగ్గురితో కలిసి వొక లాడ్జి గదిలో వుంటుంటాడు. ఆమె తన అన్నా, వదిన, తమ్ముళ్ళతో వొక వొంటిగది ఇంట్లో వుంటుంది. రేపు పెళ్ళి చేసుకున్న తర్వాత వుండడానికి వొక గూడు కావాలి కదా. మధ్యతరగతి మనుషులకది మహాస్వప్నం. పైసా పైసా కూడబెట్టి వొక ఇల్లు (వొంటి గది ఫ్లాట్) తీసుకోవాలని లెక్కలు కడతారు. వొక చోట ఇంటి అడ్వాన్సు కట్టడానికి అతను ఐదువేలు వడ్డీకి తీసుకుంటాడు. కాని ఆ బ్రోకర్ ఇలాంటివారినందరినీ మోసం చేసి మాయమవుతాడు. అమోల్ స్నేహితుడు (సాధు మెహెర్) కూడా అలా డబ్బు కట్టినవాడే. ఈ దెబ్బకు కోలుకోలేక ఆత్మహత్య చేసుకుంటాడు.

సమీప గతంలో తన భార్యను పోగొట్టుకున్న ఆ సంస్థ అధిపతి జరీనాను పెళ్ళాడతానని, ఆలోచించుకొమ్మని అంటాడు. అతను హృద్రోగి. యెప్పుడన్నా టపా కట్టేయవచ్చు. అమోల్ మనసులో పాడు ఆలోచన వస్తుంది. ఆ పెళ్ళి చేసుకొమ్మంటాడు, త్వరలో అతను చనిపోతే కలిసి వచ్చే ఆస్తితో తమ కష్టాలు గట్టెక్కగా హాయిగా బతకొచ్చు అంటాడు. ఆ ఆలోచనకే ఆమెకు రోత పుడుతుంది. ఇంటిదగ్గర తెలివైన తమ్ముడు విదేశాలలో చదువుల కలలు కంటుంటాడు. కనీసం అదన్నా తీరుతుందని పెళ్ళికి వొప్పుకుంటుంది. వొకసారి పెళ్ళి అయ్యాక ఆమె అతన్ని ప్రేమతో చూసుకుంటూ అతను పూర్తిగా ఆరోగ్యవంతుడిగా మారేలా చూస్తుంది. అమోల్ మాత్రం మానసికంగా చితికి పోతాడు. తను తమ వూరుకు వెళ్ళిపోతున్నాడనీ, రాత్రి పదకొండున్నరకు బండి అనీ, ఆలోచించుకుని తను కూడా రాదలిస్తే వచ్చెయ్యమనీ, తను యెదురు చూస్తాననీ, కొత్తగా జీవితాన్ని ప్రారంభించవచ్చనీ అంటాడు. ఈ సంభాషణ ఆమె భర్త చెవిన కూడా పడుతుంది. యేం చేస్తుందో చూద్దామనుకుంటాడు. ఆమెకు తగిన యేకాంతం, అందుబాటులో డబ్బూ కల్పించి, తను వొక గదిలో చెమటలు పడుతుండగా ఉత్కంఠతో యెదురు చూస్తుంటాడు జరిగేది చూద్దామని. స్వల్పంగా గుండెపోటు వస్తుంది.

పదకొండున్నరా కావొస్తుంది. ఆమె గదిలోకొస్తుంది. "నువ్వు ఇక్కడే వున్నావా?" అడుగుతాడు. "వెళ్ళిపోయేదాన్నైతే యిక్కడెందుకుంటానూ?" అంటుంది. ఇద్దరూ కలిసి స్టేషన్ కెళ్తారు అతన్ని సాగనంపడానికి.

మహానగరంలో ఇల్లు గురించి వెతుకుతూ ఇద్దరూ కలిసి వొకసారి, తర్వాత వొంటరిగా అతను మాత్రం మరోసారి పాడే పాటలివి. కొంచెం తేడాతో. కొత్త రకం పోలికలు. మహానగరంలోని సంభ్రమంభంలో కూడా తప్పని యేకాకితనాన్ని, ఖాళీ పగళ్ళూ-చీకటి రాత్రులూ, కన్నీళ్ళు కూడా రాని యెండిన పొగచూరిన కళ్ళు : వొకటేమిటి ప్రతి పోలికా వొక కథ చెబుతుంది. మనం అందరం ఐడెంటిఫై కాగలిగే కథ. రెండు పార్శ్వాలలోనూ.

గుల్జార్ పాటలలో "రోడ్లు" వొక తరచుగా కనబడే leit motif. ఆంధీలో మరో పాట చూడండి. "ఇస్ మోడ్ సె జాతే హై, కుచ్ సుస్త్ కదం రస్తే, కుచ్ తేజ్ కదం రాహే". అంటే : " ఈ మలుపులలోంచే వెళ్తాయి కొన్ని నింపాది దారులూ, కొన్ని వేగవంతమైన దారులూనూ". ఆ పాటంతా రోడ్ల మీదే అచ్చంగా. పూర్తి పాఠం మరోసారి.

ఈ పాట పాడిన రూనా లైలా బంగ్లాదేశ్ గాయని. ఈ పాటలో ఆమె నాకు ప్రత్యేకం అనిపించదు కాని ఆమె పాడిన మరో పాట వో సింధీ సూఫీ పాట "దమా దం మస్త కలందర్" నాకు చాలా ఇష్టం. ఇక రెండవ స్వరం భూపేందర్ ది. చాలా విలక్షణమైన గొంతు అతనిది. విషాదం, తాత్త్వికత అతని స్వరంలో చాలా గాఢంగా ధ్వనిస్తాయి. ఇక సంగీతం ఇచ్చిన జయదేవ్ గురించి మనం ఇదివరకే అనుకున్నాం. వొక ఆణిముత్యం.

"ఎక్ అకేలా ఇస్ షహర్ మే " (ఘరౌందా(1977))

వో వొంటరిగాడు
పగలనకా రాత్రనకా ఈ వూళ్ళో
జీవిక కోసం, వో గూడు కోసం అన్వేషిస్తున్నాడు.

ఇక్కడ
ఖాళీ పాత్రలలాంటి పగళ్ళు

నీరెండిన చీకటిబావుల్లాంటి రాత్రిళ్ళు
ఇక్కడ
ఈ చీకటి కళ్ళ శూన్యాల్లోంచి
కన్నీళ్ళు రావు గాని పొగలు మాత్రం లేస్తాయి.
జీవించడానికి కారణమంటూ లేదు గాని,
చనిపోవడానికి నెపం వెతుకుతున్నాడు.

ఈ జీవితంకంటే పొడవైన దారులు
తమ గమ్యాన్ని చేరడమైతే చూడలేదు
తిరుగుతూ, పరిగెడుతూ వుంటాయి నిరంతరాయంగా
ఎక్కడా నిలవడం మాత్రం చూడలేదు
ఈ అపరిచిత పట్టణంలో
బాగా యెరిగినవాడే దారి వెతుక్కుంటున్నాడు.

("ఘరౌందా" (1977), గుల్జార్, భుపేంద్ర, జయదేవ్)

(Original song)

Ek Akela Is Shahar Mein
Raat Mein Aur Dopahar Mein
Aabodaana Dhoondta Hai
Aashiyana Dhoondta Hai

Din Khali Khali Bartan
Hai Aur Raat Hai Jaise Andha Kuan
In Sooni Andheri Aankhon
Se Aansoon Ki Jagah Aata Hain Dhuan
Jeene Ki Vajah
To Koi Nahi

Marne Ka Bahana Dhoondta Hai
Ek Akela Is Shahar Mein...

In Umar Se Lambi Sadkon Ko
Manzil Pe Pohonchte Dekha Nahin
Bas Daudti Phirti Rahti
Hain Humne To Theherte Dekha Nahin
Is Ajnabi Se Shahar Mein
Jaana Pehechana Dhoondta Hai | Ek Akela Is Shahar Mein...

(Gharonda (1977), Gulzar, Bhupendra, Jaidev)

యెలాంటి నిస్సహాయతతో కదా ఆమె నన్ను మరచిపోయి వుంటుంది!

ఇది "హకీకత్" సినెమాలోని పాట. ఇప్పటిదాకా నేనీ సినెమా యెందుకు చూడలేదో నాకే తెలీదు. ఇప్పుడీ పాట చూశాక త్వరలో సినెమా కూడా చూడాలని నిర్ణయించుకున్నా. కొంచెం వివరణ ఇచ్చుకోవాలి. నా చిన్నప్పుడు మాకున్న రేడియోనే మాకున్న గొప్ప gadget. అదే అద్భుతమైన పాటలనిచ్చింది. సినెమా థియేటర్లో వస్తే చూడడం. అదీ అన్నీ వీలు కావు : అప్పుడూ, ఇప్పుడూ. కాబట్టి చాలా పాటలతో సంబంధం సినెమా ద్వారా కాకుండా, నేరుగా ఆ పాటతోనే. ఇప్పుడు ఈ ఇంటర్నెట్ అందుబాటులో వున్నా గుర్తు తెచ్చుకునైనా యెన్ని చూడగలను? నాకెలాగూ చేతన్ ఆనంద్ ఇష్టం కాబట్టి త్వరలో చూడాలని మెంటల్ నోట్ చేసుకున్నా.

75 ❄ పరేశ్ దోశీ

"హకీకత్" సినిమాది భారత్-చైనా యుద్ధ నేపథ్యంతో వచ్చిన కథ. యుద్ధ భూమిలో చాలామంది సైనికులు మరణిస్తారు. చాలా కొద్దిమంది మాత్రం బ్రతికి బట్టకడతారు. కాని ప్రపంచానికి వారి ఉనికి తెలీదు. వాళ్ళు కూడా చనిపోయారని భావిస్తుంటారు. తమకు సహాయం అందించడానికి యెవరూ రాకపోవడం చూసి బల్రాజ్ సహాని ఆశ్చర్యపోతాడు. "మనం కూడా చనిపోయామని భావించి, మన ఇళ్ళకు కూడా మన మరణ వార్త చేరవేయలేదు కదా!" అంటాడు. యెలాంటి సన్నివేశం ఇది! చావుకు కూడా భయపడని ఆ మొహాలు యెలా వేలాడిపోతాయో చూస్తుంటే కళ్ళ నీళ్ళు తిరక్క మానవు. అందులో కైఫీ ఆజ్మి! ప్రేమ ప్రకటనైనా, ప్రేమ తాలూకు వియోగభారం లేదా విషాదం యెలాంటి సందర్భమైనా "ప్రకృతి" నుంచి ప్రతీకలు తీసుకోకుండా రాయడం అరుదే. ఇందులో ఆయన తీసుకున్న వస్తువులు గాని, దృశ్యాలుగాని దైనందిన జీవితంలోవే! యెంత బలం వాటికి! ఇక మదన్ మోహన్ గురించి మనం చెప్పుకుని చెప్పుకుని అలిసిపోవాలే గాని, అతని సంగీతం ప్రతిసారీ మనల్ని కొత్తగా తాకుతాయి, తీపీ-పులుపూ మొదటిసారి రుచి చూసినప్పుడు యెంత అబ్బుర పడి వుంటామో, ప్రతిసారీ అలాంటి అబ్బురానికే గురి చేస్తాయి. భూపేందర్ కి ఇది మొదటి పాట. రఫీ, మన్నాడే, తలత్ మహ్మూద్ లాంటి మహామహులతో మొదటి పాట పాడటం అదృష్టమే!

"హెూకే మజబూర్ ముఝె ఉస్నే భులాయా హెూగా" (హకీకత్:1964)

యెలాంటి నిస్సహాయతతో కదా ఆమె నన్ను మరచిపోయి వుంటుంది!

మందుగానే భావించి ఆమె విషాన్ని సేవించి వుంటుంది!

గత గాథలేవో ఆమె హృదయం నెమరు వేసివుంటుంది

కారనివ్వక ఆమె కన్నీళ్ళనూ కళ్ళల్లోనే కుక్కుకొని వుంటుంది

తలుపులు మూసిన గదిలో ఆమె నా ఉత్తరాలను తగలబెట్టి వుంటుంది

అయినా వాటిలోని వొక్కొక్క అక్షరమూ ఆమె నుదుటిమీదే తేలి వుంటుంది.

యెవరితోనూ చూపులు కలపలేని కలవరమేదో ఆమెను కలచివేసి వుంటుంది

హృదయం కూలిన ప్రపంచం ఆమె కళ్ళముందు పటం కట్టి వుంటుంది

బల్ల మీద నుంచి బహుశా ఆమె నా పటం తొలగించి వుంటుంది

అన్ని దిక్కులా విలవిల్లాడుతున్న నా మోమే బహుశా రూపు కట్టివుంటుంది.

స్నేహపూర్వక పరాచికపు మాట యేదో ఆమె గుండెల్లో మంటలను యెగదోసే వుంటుంది

లోక వ్యవహారార్థపు ఆమె నవ్వులో విషాదమే తేలివుంటుంది

నా పేరు ప్రస్తావన మాత్రానికే ఆమె కంట నీరు పెట్టుకుని వుంటుంది.

మరి ఇక యెత్తకుండా ఆమె స్నేహితురాలి భుజమ్మీదే తల ఆనించి వుంటుంది.

బలవంతంగా కూర్చోబెట్టి యెవరో ఆమెకు జడ వేసిపెట్టి వుంటారు

అయినా విషాదపు మేఘాలు ఆమె మోమునల్లుకునే వుండి వుంటాయి

ఆ కళ్ళల్లో చాలా రోజులబట్టి మెరుపు మెరిసే వుండదు

వాడిన ఆ ముఖం చాలా రోజులైనా తేట పడి వుండదు.

యెలాంటి నిస్సహాయతతో కదా ఆమె నన్ను మరచిపోయి వుంటుంది!

మందుగానే భావించి ఆమె విషాన్ని సేవించి వుంటుంది!

(హకీకత్ (1964), కైఫీ ఆజ్మీ, మదన్ మోహన్, రఫీ-మన్నాడే-తలత్ మహమ్మద్-భుపేందర్)

ఇక్కడ దాకా సినెమా పాట లో వున్నది అనువదించాను. కైఫీ ఆజ్మి దీన్ని సినెమా కోసం రాశాడో, లేక ముందే రాసిపెట్టుకున్న వాటిల్లోంచి కొన్ని తీసుకున్నారో నాకు తెలీదు. సమాచారం కోసం వెతుకుతూ వుంటే నాకు ఇంకా కొన్ని అదనపు షేర్లు కనిపించాయి. కొన్నేమో అక్కడక్కడా మార్చినట్టనిపిస్తున్నది.

Dil ki lutati huyi duniya najr ayi hogi అంటే "హృదయం కూలిన ప్రపంచం ఆమె కళ్ళముందు పటం కట్టి వుంటుంది" అని పాటలో వుంటే అతని ఘజల్లో నాకు ఇలా కనబడింది:

"మిట్ కె ఇక్ నక్ష్ నె సా షక్ల్ దిఖాయీ హోగీ". అంటే ఆమె ముఖమ్మీద వర్ణం వంద రూపాలుగా చెదిరిపోయి కనబడటం. కావడానికి ముఖం రంగులు మారడమే, కాని వ్యక్తీకరణ విలక్షణంగా వుంది. అంత ఉర్దూ అయితే కష్టమనిపించిందో యేమో, కొంచెం మార్చారు.

అలాగే మరో చోట : "ఛేడ్ కి బాత్ పె అరమాన్ మచల్ అయె హొంగె ఘం దిఖావె కి హన్సి మైన్ ఉబల్ అయె హొంగె" అని వుంటే ఘజల్లో ఇలా వుంది: "be-mahal ched pe jazbaat ubal aaye honge | gham pareshan-e-tabassum mein dhal aaye honge" ఇక్కడ బే-మహల్ అంటే అసందర్భపు అని. కొన్నిసార్లు స్నేహితులు ఆటపట్టించడానికో, సరదాగానో పరాచికపు మాట అసందర్భంగ అంటే చిరునవ్వుకు బదులు లోపల బాధాగ్ని లేస్తుంది.

కాని వొక చోట తేడా చాలా అనిపిస్తుంది. ఘజల్లో ఇలా వుంది. "zulf zid karke kisine jo hatayi hogi | roothe jalwon pe khijaa aur bhi chayi hogi"

ఆమె మోము మీది నుంచి కేశాలను పక్కకు జరిపి వుంటారెవరో
అలిగిన ఆ మెరుపుతీగను శిశిరాలు మరింతగా అల్లుకుని వుంటాయి"

మరో రెండు చరణాలు అనువదించలేని వివశత్వం ఆవరించింది. మీరు ఆస్వాదిస్తారన్న ఆశతో ఈ ఇష్ట-(శ్రమ.

Rooh bechain hai ik dil kii ajiiyat kya hai

Dil hii shola hai to ye soz-e-mohabbat kya hai

Wo mujhe bhuul gayi iskii shikayat kya hai

Ranj to ye hai ke ro-ro ke bhulaya hoga.

ఆత్మ అశాంతం విహ్వలమైనపుడు హృదయం గురించి యేం మాట్లాడుతాం?

హృదయాన్నే మంటలనుకున్నట్లైతే మరి ఉన్మత్త ప్రేమ గురించి యేం మాట్లాడుతాం?

నన్ను మరిచిపోయిందనా ఆమె మీద నా ఆరోపణ?

దుఃఖం కలిగించే విషయమే కాదా, ఆమె యేడ్చి యేడ్చి కదా నన్ను మరిచిపోవడం.

Jhuk gayi hogi javaan-saal umangon kii zabiin

Mit gayi hogi lalak doob gaya hoga yakiin

Cha gaya hoga dhuaaon ghuum gayi hogi zameen

Apane pahale hii gharonde ko jo Dhaaya hoga.

ఆ పడుచు తల వాలి పోయి వుంటుంది
కోరికలు చనిపోయి, ఆమె నమ్మకమూ చెదిరి పోయి వుంటుంది
పొగలు కమ్మి, ఆమె కాళ్ళ కింద నేలా కదిలిపోయి వుంటుంది
కట్టుకున్న ఆమె తొలి గూడునే ఇక చెదిరి పోయి వుంటుంది!

(Original song)

Hoke majabur mujhe usane bhulaaya hoga

Jhar chupake se dawaan jaanake khaaya hoga

Dil ne aise bhi kuchh afsaane sunaaye honge

Ashk ankhonne piye aur na bahaaye honge

Bnd kamare men jo khat mere jalaaye honge

Ek ek harf jabin par ubhar aya hoga

Usane ghabaraake najr laakh bachaai hogi

Dil ki lutati huyi duniya najr ayi hogi

Mej se jab meri taswir hataai hogi

Har taraf mujhako tadapata hua paaya hoga

Chhed ki baat pe aramaan machal aye honge

Gham dikhaawe ki hansi mein ubal aye honge

Naam par mere jab ansu nikal aye honge
Sar na kaandhe se saheli ke uthhaaya hoga

Julf jid karake kisi ne jo banaai hogi
Aur bhi gm ki ghata mukhade pe chhaai hogi
Bijali najaron ne ki din na giraai hogi
Rng chehare pe ki roj na aya hoga

(Haqeekat (1964), Kaifi Azmi, Madan Mohan,
Rafi-MannaDey-Talat-Bhupender)

లగ్ జా గలే ❋ 80

వాడిపోయిన ఈ పూవుని ముళ్ళతోనే తూచండి

ఇప్పుడు నేను ఒక పాట యెంచుకున్నానంటే అందులో కవితాంశ వుండీ, ఇప్పటి కాలానికి కూడా అర్థవంతమై వుండాలన్నది చూస్తాను. కేవలం నా గత కాలపు వ్యామోహం సరిపోదు. ఈ వారం "అదాలత్" చిత్రంలోని ఘజలు "యూ హస్రతోంకె దాగ్ ముహబ్బత్ మే ధో లియే".

వొక అరవై డెబ్భై యేళ్ళ క్రితం హిందీ సినెమాలలో "కోఠా"లు కనబడేవి. సామాజిక అన్యాయాలకు బలి అయిన నాయిక ఆ కోఠాలో చిక్కుకుని జీవితం వెళ్ళబుచ్చేది. ఆమె పాటలకోసం సంగీత-సాహిత్యాల మీద ప్రేమ వున్నవారూ, ఆమె అందం మీద మోజు వున్నవారూ దయచేసేవారు. ఇక ఇలాంటి సినెమాలు కవులకు అందమైన సాహిత్యం అందించడానికి కొన్ని ప్రత్యేక సందర్భాలు

కల్పిస్తే, వాటికి అందమైన బాణీలు సవాలుగా కట్టే అవకాశం ముఖ్యంగా మదన్ మోహన్ లాంటివాళ్ళకు దొరికేది.

అప్పటి వాస్తవికత కొంత వుందేమో, ఇప్పుడు సినెమాలలో కోఠాలు యెందుకు కనబడట్లేదో వూహించడం కష్టం కాదు. కాల మహిమ. సరె ఈ సినెమాలో కూడా ఇదొక కోఠా లో చిత్రీకరించిన ఘజలు. సినెమా కథ తెలిస్తే దీన్ని అన్వయించుకోవడం తేలికవుతుంది.

నర్గిస్ ఆమె తల్లి మేనమామ పంచన వుంటారు. ఇంటి చాకిరీ అంతా చేసి, ఆమె కాలేజీ చదువు చదువుతుంది. వివరం యెందుకంటే గొడవ వచ్చినప్పుడు నర్గిస్ తన శ్రమకు విలువ వుంది, వూరికే యేమీ తినడం లేదు లాంటివి చెబుతుంది. ఆమె వొక ఆత్మ గౌరవం గల, ధైర్యం గల వ్యక్తి. ప్రదీప్ కుమర్, ఆమె పరస్పరం ప్రేమించుకుంటారు. సినెమా చివరిదాకా వీళ్ళు విచిత్ర పరిస్థితులలో కలుస్తూ వుంటారు, విడిపోతూ వుంటారు. మేనత్తతో గొడవపడి ఆమె వొక నాట్య కళాశాలలో నృత్యం నేర్పే పనికి కుదురుతుంది. కాని నెమ్మదిగా అది వొక బ్రోతెల్ అని తెలుస్తుంది. వొకె రైడ్లో ఆమెను కూడా నిర్బంధించి కోర్టులో హాజరు పరుస్తారు. ఆమె అమాయకంగా వలలో చిక్కుకున్న దానిగా నిరూపణ అయి విడుదల అవుతుంది. కాని ఆమెకు మేనమామ ఇంటినుంచి తరిమేస్తారు. ప్రదీప్ కుమార్ తో రహస్యంగా వివాహం, తర్వాత అతను లా చదువుకోసం విదేశాలకెళ్ళడం, గర్భవతి అయిన ఆమెను అవమానపరిచి ఆమెను పనిలో పెట్టుకున్నవాళ్ళు ఇంటినుంచి గెంటెయ్యడం ఇలాంటి చాలా సంఘటనల తర్వాత ఆమె తన బిడ్డను అచలా సచదేవ్ కు ఇచ్చి తను వొక బ్రోథెల్ (కోఠా) లో గాయనిగా వుండిపోతుంది. తనను ఈ స్థితికి తీసుకువచ్చిన ప్రాణ్ ను, ప్రదీప్ కుమార్ మీద దాడి చేయబోతూ వుంటే, తప్పని పరిస్థితుల్లో చంపేస్తుంది. పతాక సన్నివేశం కోర్టు(అదాలత్)లో. లాయర్లైన భర్తా, కొడుకుల మధ్య ఆమె ప్రాణం విడుస్తుంది. కొన్ని సంఘటనలు సినెమాటిక్ గా అనిపించినా చాలావరకు కథ నమ్మశక్యంగానే వుంటుంది. ప్రతిసారీ ఆమెను వలలోకి లాక్కునే పాత్ర ప్రాణ్ ది. అలా కాకపోయినా సమాజంలో అలాంటి పాత్రలు చాలానే వుంటాయి కాబట్టి, యెంత ధైర్యవంతురాలైనా ఆమెకు అన్ని సినెమా కష్టాలు యెదురవ్వడం అతిశయోక్తి కావచ్చేమో గాని అసంభవం కాదు.

ఒక సన్నివేశం : పెరిగి పెద్ద అయిన తన కొడుకు యెలా వున్నాడో అన్న నర్గిస్ కోరిక తీర్చడానికి, అచలా సచదేవ్ ఆ కొడుకుని తీసుకుని అక్కడికి వెళ్తుంది. ఆ బ్రోతెల్ వాతావరణానికే వెగటు పుట్టి నేనెక్కడికీ రాను అనేస్తాడు ఆ కుర్రాడు. అలా తల్లీ కొడుకులు ఒకరిని ఒకరు చూసుకోలేని పరిస్థితి. ఇది చూస్తున్నప్పుడు నాకు "మహానది" లో కమల్ హాసన్ తన కూతురిని వెతుక్కుంటూ కలకత్తాలోని సోనాగాచ్చి అనే వేశ్యావాడల్లో పిచ్చివాడిగా తిరుగాడటం గుర్తుకొచ్చింది. యెక్కువ సీన్లు లేకుండా క్లుప్తంగా, కాని ప్రభావవంతంగా వున్న భాగం. ఈ సినెమాలో పాటలతో పాటు స్క్రీన్ ప్లే, సంభాషణలు కూడా రాజిందర్ కిషన్ రాశాడు. మన దగ్గర ఆత్రేయ పాటలు యెంత లోతుగా వుంటాయో అతని సంభాషణలు కూడా అంతే లోతుగా వుంటాయి. ఈ సినెమాలో చివర్లో ఆ బ్రోతెల్ లో ప్రదీప్ కుమార్ నర్గిస్ ను చూస్తాడు. అప్పుడు ఆమె తన కథ చెప్పి, ఆ గుమ్మంలోకి అడుగు పెట్టిన తర్వాత ఇన్ని సంవత్సరాలైనా మెట్ల (staircase) ముఖం చూడలేదంటుంది. అది యెలాంటి విషాదం అంటే డికెన్స్ "గ్రేట్ ఎక్స్పెక్టేషన్స్" లో మిసెస్ హావిషం ను కలవడానికి బాలుడైన పిప్ వెళ్ళినప్పుడు యెప్పటికీ మూసివుండే ఆ గదిలో గోడ గడియారం ఆగిపోయి వుంటుంది. నా జీవితం ఆ ఘడియ దగ్గరే ఆగిపోయిందంటుంది ఆమె. తన గుండె మీద చేయి పెట్టుకుని ఇది యేమిటో తెలుసా అడుగుతుంది. "హృదయం" అంటాడు పిప్. "పగిలిపోయిన" అంటుంది ఆమె. ఇలా ఒకదాన్ని చూస్తే మరో క్లాసిక్ లో ఘట్టం నాకు యెందుకు గుర్తుకొస్తుంది? బహుశా అప్పటి చిత్రాల మీద పాశ్చాత్య సాహిత్య ప్రభావాలు కూడా వుండి వుండవచ్చు.

మనం హిందీ అయినా తెలుగైనా మంచి పాటలు విని ఆనందిస్తాము. కాని చూడటానికి అవి ఒక్కోసారి సిల్లీ గా అనిపిస్తాయి. ఈ పాట చూడండి. కచ్చితంగా ఆ మూడ్ లోకి తీసుకెళ్ళే చిత్రీకరణ. ఒకే గదిలో పాట చిత్రీకరణ. స్వల్పంగా కోజప్ షాట్లు, మిగతావి మీడియం షాట్లు. ఈ పాట పాతికలోపు షాట్లలోనే చిత్రీకరించాడు. ప్రేక్షకుడిని ఆ మూడ్ లోకి తీసుకెళ్ళాలి. ఖచ్చితమైన, పరిమితమైన స్పేస్. ప్రారంభంలో వాతావరణాన్ని పరిచయం చేసి, రెండవ షాట్ లోనే నర్గిస్ ను కోజప్ లో పెట్టి ఆమె పాట పాడటం చూపిస్తాడు. చివరికొచ్చేసరికి అలాంటి క్లోజప్ నే కాని నెమ్మదిగా కెమెరా

వెనక్కు ట్రాకవుతుంది. అదయ్యాక ఆమె లేచి పరిగెత్తుకుంటూ వెళ్ళి పోతుంది. బహుశా నిజమైన వాద్యకారులనే ఆ వాద్యాలు వాయిస్తున్నప్పుడు నియోగించారేమో. వొక పాటకు కోరియోగ్రాఫర్ యెలా ప్లాన్ చేసి కంపోస్ చేస్తాడో, ఈ పాట రూపకల్పన కూడా అలానే జరిగింది. (కోరియోగ్రాఫర్లకు నాట్యం సంగతితో పాటు సినెమా తీసే పద్ధతులు కూడా తెలిస్తేనే సరిగ్గా కోరియోగ్రాఫ్ చేయగలుగుతారు. స్పేస్, అందులో పాత్రల కదలికలు, కెమెరా కదలికలు ఇవన్ని "లగాన్" లోని "ఘనన్ ఘనన్" పాట చూస్తే నేను చెబుతున్నది బహుశా స్పష్టమవుతుందేమో.) ఈ పాటలో "ఘర్ సె చలే థే హం తో ఖుషీ కీ తలాష్ మేఇన్" అన్న వాక్యం వొకసారి నర్గిస్ ని క్లోజప్ లో చూబిస్తూ, రెండవసారి ఏరియల్ షాట్ లాంటిదిబీ అంటే అది ఏకకాలంలో ఆమె వ్యక్తిగత విషాదం, అదే విషాదం సామాజికం కూడా అని సూచిస్తుంది. ఆమె బయలుదేరడం సంతోషాన్ని వెతుక్కుంటూ బయలుదేరినా దారిలో యెదురైన బాధలు ఆమె కూడా అనుసరించాయిట. ఆ రెండవ వాక్యాన్ని యెలా చూపించాడో చూడండి. షాట్లో ఆమె పాడుతూ వుంది, ఆమె ముందు వున్న వొక అద్దంలో అప్పుడే వచ్చి కూర్చుంటున్న ప్రాణ్ కనిపిస్తాడా అద్దంలో. ఇలా పాటంతా అందంగా రూపకల్పన చేశాడు. దర్శకుడు కాళిదాసుట. నాకు ఇతని గురించి మరింత తెలుసుకోవాలనిపించింది, కాని నెట్ లో సమాచారం దొరకలేదు. యెవరికైనా తెలిస్తె, చెప్పి పుణ్యం కట్టుకోండి.

మదన్ మోహన్ గురించి కొత్తగా చెప్పేదేముంది? అతని పాట మోగుతుంటే అన్నీ మరిచి లీనమవ్వడమే జరిగిపోతుంది ఆటోమెటిక్ గా.

"యూ హసరతోన్ కె దాగ్ ముహబ్బత్ మే ధో లియే" (అదాలత్)

ఈ శమించని విరహాగ్నులూ, కోరికల మరకలూ ప్రేమాశ్రువులలో ప్రక్షాళన పొందాయి

మనసు వూసులన్నీ ఈ మనసుతోనే కన్నీళ్ళతో కదా చెప్పుకున్నాను

బయలుదేరడం సంతోషాన్ని వెతుక్కుంటూ బయలుదేరినా

దారిలో యెదురైన బాధలన్ని విడువకుండా నా వెంటే వచ్చాయి

వాడిపోయినా, ఈ హృదయం వొక పువ్వే కదా

యిక మీ ఇష్టం : దీన్ని ముళ్ళతోనే తూచండి
ఈ పెదాలను కుట్టివేసినా, లోకం వూరుకోదే!

మౌనమెందుకు, మనసులో మాట చెప్పరాదా అంటుంది!
("అదాలత్" (1958), రాజిందర్ కిషన్, మదన్ మోహన్, లతా
మంగేష్కర్)

(Original song)

Yoon hasraton ke daag muhabbat me dho liye
khud dil se dil ki baat kahi aur ro liye
yoon hasraton ke daag

ghar se chale the ham to khusi ki talaash me
Gham raah me khade the wahi saath ho liye
khud dil se dil ki baat kahi aur ro liye
yoon hasraton ke daag

murjha chuka hai phir bhi ye dil phool hi to hai
ab aap ki khushi ise kaanton mein toliye
khud dil se dil ki baat kahi aur ro liye
yoon hasraton ke daag

hothon ko see chuke to zamaane ne ye kaha
zamaane ne ye kaha
ye chup hi kyun lagi hai aji kuchh to boliye
khud dil se dil ki baat kahi aur ro liye

yoon hasraton ke daag

(Adaalat (1958), Rajinder Kishan, Madan Mohan, Lata Mangeshkar)

బందీ

నాకు బాగా యిష్టమైన దర్శకుడు బిమల్ రాయ్. అతని షాట్ కంపోజిషన్ నన్ను ప్రతిసారీ అబ్బుర పరుస్తుంది. మీరు "బందిని" చిత్రం చూసి వుండక పోయినా ఈ "ఒరె మాఝి" పాట చూసినా పోల్చుకోగలుగుతారు. ఈ పాట పాడినది కూడా స్వయంగా ఎస్ డి బర్మనే. విషాదాన్ని, మార్మికతను, వేదాంతాన్ని అతని కంఠం పలికించినట్లుగా మరే కంఠమూ పలికించదనిపిస్తుంది.

బందిని కథ గురించి ముందు నాలుగు ముక్కలు. అవి స్వాతంత్ర్యము రాక ముందు రోజులు. నూతన్ వాళ్ళ వూళ్ళో అశోక్ కుమార్ వస్తాడు. అతను దేశ స్వాతంత్ర్యం కోసం పోరాడుతున్న వ్యక్తి కావడం చేత అతని మీద పోలీసు నిఘా వుంటుంది. కావలసినట్లు తిరిగే స్వేచ్ఛ వుండదు, రోజూ పోలీసు స్టేషనులో కనబడి వస్తుండాలి. నూతన్

తండ్రి వో పోస్టు మాస్టరు, వైష్ణవ భక్తుడు, కవితారాధకుడు. నూతన్, అశోక్ కుమార్ పరస్పరం ప్రేమించుకుంటారు. వూరుకెళ్తూ వచ్చి పెళ్ళి చేసుకుంటానని ప్రమాణం చేస్తాడు. కాని తర్వాత అతని నుంచి యే కబురూ రాదు, వెళ్ళిన ఉత్తరాలు కూడా తిరిగి వస్తాయి. వూళ్ళోనేమో తండ్రీ కూతుళ్ళు అల్లరైపోతారు. తండ్రి బాధను చూడలేక వొక సారి నూతన్ వూరు వదిలి పట్టణం చేరుకుంటుంది. అక్కడే వో ఆసుపత్రిలో పనికి కుదురుకుంటుంది. అక్కడ వో హిస్టీరిక్ యువతికి సేవలందిస్తూ వుంటుంది. నూతన్ ని వెతుక్కుంటూ వచ్చిన ఆమె తండ్రి రోడ్డు ప్రమాదంలో చనిపోతాడు. అటు ఆ యువతి అశోక్ కుమార్ భార్య అని తెలుస్తుంది. వో ఉన్మాదంలో నూతన్ ఆమెకు విషమిచ్చి చంపి, తర్వాత తను పోలీసులకు లొంగిపోతుంది. యెనిమిదేళ్ళ జైలు శిక్ష ఖరారవుతుంది. జైల్లో వో టీ బీ పేషంటుకు సేవలందిస్తున్నప్పుడు అక్కడి డాక్టరు ధర్మేంద్ర ఆమెను ఇష్టపడతాడు, పెళ్ళి చేసుకుంటానంటాడు. కాని తన గత జీవిత ఛాయలు పడి అతని జీవితం అల్లరవుతుందని భావించి నిరాకరిస్తుంది. ధర్మేంద్ర తన తల్లిని కూడా వొప్పిస్తాడు పెళ్ళికి. ఇక యే అభ్యంతరాలూ లేని క్షణాన, జైలు నుంచి విడుదలైన నూతన్‌ను జీవితం మరలా అశోక్ కుమార్ ముందుకు తెస్తుంది. ఇప్పుడతనికి యేదో అంటువ్యాధి, చాలా అనారోగ్యం. దేశం కోసం పోరాడుతున్న తన ముందు విచిత్రమైన పరిస్థితి వచ్చిందని, వొక పోలీసు అధికారి కూతురిని వివాహమాడితే తమ కార్యకలాపాలకు వీలు కుదురుతుందని వాళ్ళ నాయకుని వత్తిడి మేరకు ఆ పెళ్ళి చేసుకోవాల్సి వచ్చిందనీ చెబుతాడు. వీలైతే తనని క్షమించమంటాడు. చాలా సేపు ద్వైదీ భావనలో బందీ అయిన ఆమె స్వేచ్ఛను పొంది అతని కూడా వెళ్ళాలని నిర్ణయించుకుంటుంది.

ఆరు ఫిలింఫేర్ అవార్డులు పొందిన ఈ చిత్రం “తామసి” అన్న బెంగాలీ నవల ఆధారంగా తీశారు. రచయిత జరాసంధ బెంగాల్ లో వొక జైలరు. తను చూసిన కథలే అనేక జైలు కథలుగా మలిచాడు. ఉత్తమ చిత్రం, కథ, దర్శకుడు, నటి, చాయాగ్రహణం, సౌండు కు గాను అవార్డులొచ్చాయి.

నేను చూసిన దేవదాసు చిత్రాలలో నాకు బాగా నచ్చింది బిమల్ రాయ్ దే. ఈ చిత్రంలో కూడా ప్రతి షాట్ యెంత సౌష్టవంగా వుంటుందంటే, అది

నడుస్తున్నప్పుడు బ్యాక్ గ్రవుండ్ మ్యూజిక్ వున్నదా లేదా అన్నది కూడా మీ గ్రహింపుకు రాదు. మధ్యలో యెప్పుడో వచ్చినప్పుడు మాత్రం ఇప్పటిదాకా నేపథ్య సంగీతమే లేదా అన్నది స్ఫురణకొస్తుంది. incidental sounds వుంటాయి. వొక ప్రత్యేక సందర్భంలో మాత్రం సుత్తి దెబ్బల ధ్వని, కీచు ధ్వనులు, వెల్డింగు శబ్దాలను సింబాలిక్గా వాడాడు. యిక ఈ సినెమా పేరే బందిని (బందీ), కాబట్టి దాదాపు చిత్రం మొత్తం కటకటాలు, కిటికీ వూచలు, స్తంభాలు, బాలుస్టర్లు లాంటివి వాడాడు. ఆమె వాస్తవానికి వొక ఖైదీనే గాని, చిత్రం మొత్తంలో ఆమె ప్రేమకు బందీ. తనకు ఉచితమైన మార్గాన్ని యెంచుకున్న క్షణాన ఆమె విడుదలవుతుంది.

వొకటి తప్పించి ఇందులో పాటలన్నీ శైలేంద్ర రాశాడు. అతని మాటలు చాలా మామూలుగా వుంటూ గాఢమైన భావాలు ప్రకటిస్తాయి. ఇందులో పాటలన్నీ యేకసూత్రత కలిగి వుంటాయి. చివరికి గుల్జార్ రాసిన "మొరా గోరా అంగ లైలే" కూడా వీటితో భావపరంగా జత కలుస్తుంది. అందుకే నేను ఈ వారం రెండు పాటలు తీసుకున్నా. రెండూ విరహం, ప్రేమ, బందీ భావన, longing ఇలాంటివి పెనవేసుకుని వుంటాయి. "అబ్ కె బరస్ భేజొ" పాట వొక జానపదం. అత్తారింట వున్న అమ్మాయి, మబ్బులు కమ్మిన శ్రావణంలో తండ్రినీ, పుట్టింటినీ తలచుకుని పాడుతుకుంటుంది. అన్నయ్య(తమ్ముడు కూడా కావొచ్చు)ను పంపి పిలిపించుకొమ్మంటుంది. చిత్రం యేమిటంటే ఈ పాట చిత్రీకరణ జైల్లో. మరి జైలు కూడా అత్తారిల్లే కదా. (కాబూలీవాలా గుర్తున్నదా? కాబూలివాలాను పోలీసులు పట్టుకెళ్తుంటే ఆ పాప మిని అడుగుతుంది, యెక్కడికి అత్తారింటికి వెళ్తున్నావా? అని). తోటి ఖైదీలు కూడా కంటతడి పెట్టుకుంటారు. ఇక "మెరె సాజన్ హై ఉస్ పార్" పాట కూడా longing గురించే. అయితే అది ప్రియుని విరహం నుంచి ముక్తినిచ్చే కలయిక కోసం. ఆ వొడ్డున వున్న అతని దరి చేర్చమంటుంది నావికునితో. ఈ నావికుడు (మాఝి) అన్నది హిందీ సాహిత్యంలో బాగా ప్రచారంలో వున్న వొక సింబల్. అవతలి వొడ్డుకు చేర్చే నావ వుంటే సరిపోదు, దాన్ని నేర్పుగా నడిపి సురక్షితంగా తీసుకువెళ్ళగల నావికుడూ కావాలి. ఈ రెండు పాటలు కథతో యెలా కలగలిసిపోయాయో తెలిసిందే, కాని నేను కాస్త యెక్కువే అన్వయించుకుంటాను ఈ పాటలలో. Source నుంచి వేరుపడి

తిరిగి మూలానికి వెళ్ళాలన్న longing కనిపిస్తుంది నాకు. వేరే పాటలలో కూడా ఇదే under-current గా కనిపిస్తుంది. "మొరా గోరా అంగ లైలే" లో కూడా రాధ చాటుగా కృష్ణుడిని కలవడానికి బయలుదేరుతుంది. తన శ్వేత వర్ణం తీసుకుని శ్యామ వర్ణమిస్తే, చీకటి రాత్రిలో కలిసిపోయి తన కృష్ణుడిని కలుస్తుంది కదా అంటుంది. "జోగి జబ్ సె తు అయ" లో కూడా రాధ అంటుంది, కృష్ణుడి విరహంలో తను వింత వింతగా ప్రవర్తిస్తుంది. యేటికెళ్ళి పుట్టి కుండతో తిరిగొస్తుంది. ఆ విరహాగ్ని తట్టుకోలేదట mimosa-pudica లాంటి అబల. ఇలా అన్ని పాటలలోనూ వొకటే అంతర్వాహిని.

ఈ పాటలే కాదు, సినెమా కూడా చూడమని రెకమెండ్ చేస్తాను.

(ఓరె మాఝి మేరె సాజన్ హాయ్ ఉస్ పార్: బందిని)

ఓయీ నావికుడా !

నా స్వామి ఆ వొడ్డున వున్నాడు
మనసు చంపుకుని నేను ఈ వొడ్డున
ఓయీ నావికుడా, ఈ సారన్నా
నన్ను ఆ ఒడ్డుకు చేర్చవూ

నీ మనోఫలకం పై నుంచి నా పేరును చెరిపివెయ్యి
నాకు మంచి గుణాలు లేవుగాని అవగుణాలుంటే మరపించు
నాకు ఈ రోజుటి వీడ్కోలుకై
మరణం తర్వాత కూడా నిరీక్షణ ఉంటుంది.

క్రీడలొద్దు తగలబడి పోతావు
అంటున్నది నా మనసులోని జ్వాల
నా స్వామికి బందీని నేను, సహగామిని నేను
నా కొంగు పట్టి లాగుతున్నది నీ ప్రతి పిలుపు

(బందిని (1963) శైలేంద్ర, ఎస్ డి బర్మన్, ఎస్ డి బర్మన్)

(Original song)

O re maanjhi, o re maanjhi

Mere saajan hain usapaar, main man maar hun is paar
O mere maanjhi ab ki baar le chal paar, le chal paar

Man ki kitaab se tum mera naam hi mita dena
Gun to na tha koi bhi awagun mere bhula dena
Mujhe aj ki wida ka marake bhi rahata intazaar

Mat khel jal jaayegi kahati hai ag mere man ki
Main bndini piya ki main sngini hun saajan ki
Mera khinchati hai anchal manamit teri har pukaar

(Bandini (1963), Sailendra, S D Burman, S D Burman)

(అబ్ కె బరస్ భేజో భయ్యా కో బాబుల్ : బందిని)

ఈ శ్రావణ మాసం అన్నయ్యను పంపి
నన్ను పిలిపించుకో నాన్నా
నా స్నేహితురాళ్ళు కూడా కలుస్తారు
చెట్లకు వుయ్యాలలు కట్టి ఊగుతాను వారితో

మామిడి చెట్లకు ఊయలలు ఊగుతాయి
వాన జల్లుల సంగీతాలు తాళానికి
నాన్నా మళ్ళీ నీ వాకిట
తేమ నిండిన చల్లని గాలులు వీస్తాయి
బాల్యం గుర్తుకొచ్చి మనసు కలుక్కుమంటున్నది
కళ్ళు మేఘాలై కురుస్తున్నాయి

లగ్ జా గలే ✳ 90

మాయదారి యవ్వనం
నా ఆటబొమ్మలన్నీ కాజేసింది
అల్లారు ముద్దుగా పెరిగిన
నీ ఆటబొమ్మను కదా నాన్నా నేను
మరి ఇప్పుడు పరాయిగా ఎలా మారిపోయానో?
యుగాలైంది నీ దగ్గరినుంచి ఉత్తరంముక్కో కబురో అంది
పుట్టింటి నుంచి ఎవరూ వచ్చిందీ లేదు
(బందిని (1963), శైలేంద్ర, ఎస్ డి బర్మన్, ఆశా భోంస్లే)

(Original song)

Ab ke baras bhej bhaiya ko baabul
Saawan men lijo bulaay re
Lautengi jab mere bachapan ki sakhiya
Dijo sndesa bhijaay re

Anbuwa tale fir se jhule padenge
Rimajhim padengi fuhaaren
Lautengi fir tere angan men baabul
Saawan ki thhndi bahaare
Chhalake nayan mora kasake re jiyara
Bachapan ki jab yaad aye re

Bairan jawaani ne chhine khilaune
Aur meri gudiya churaai
Baabul thi main tere naajon ki paali
Fir kyon hui main paraai
Bite re jug koi chithhiya na paati
Na koi naihar se aye re

(Bandini (1963), Sailendra, S D Burman, Asha Bhonsle)

కళ్ళల్లో తుఫాన్ల అలజడి

గమన్ చిత్రంలోని మరో ఘజలు. ఇది మాత్రం మఖ్దూంది కాదు గాని షహర్యార్ అనే కవి రాసిన అంతే అందమైన ఘజలు. పాడినది సురేశ్ వాడ్కర్ అని వొక విలక్షణమైన గాయకుడు. శాస్త్రీయ సంగీతంలో బాగా దిట్ట అయిన ఇతనిని సినెమాకు రెకమెండు చేసింది లతా మంగేష్కర్. చాలా ప్రజాదరణపొందిన పాటలున్నాయి ఇతనివి. పేరు కూడా బాగా వచ్చింది. కాని సినెమాలలో రావలసినంత పని ఇతనికి రాలేదు. బహుశా అతని స్వరం హిందీ హీరోలకు కావలసిన విధంగా లేకపోవడమో, మరొకటో అయి వుండాలి.

ఇక షహర్యార్ సంగతి. బరేలీ లో వొక ముస్లిం రాజ్పూత్ కుటుంబంలో పుట్టిన ఇతను చిన్నప్పుడే ఇల్లొదిలి పారిపోయాడు. అలీగఢ్ ముస్లిం యూనివర్సిటిలో ఉర్దూ సాహిత్య పాఠాలు చెప్పేవాడు, జీవిక కోసం. అలాగే అక్కడే

లగ్ జా గలే ❄ 92

చదువుకొని పి ఎచ్ డి కూడా చేశాడు. షేర్-ఒ-హిక్మత్ అన్న సాహిత్య-తాత్త్విక పత్రికకు సంపాదకులలో వొకడిగా చేశాడు. ఇస్మ్-ఎ-ఆజం, సాత్వా దర్, హిజ్ర్ కె మౌసం, ఖాబ్ కె దర్ లాంటి సంకలనాలు ప్రకటించాడు. సాహిత్య అకాడెమి, జ్ఞానపీఠాలతో సత్కరింపబడ్డాడు. గమన్, ఫాసలే, ఉమ్రావ్ జాన్ లాంటి చిత్రాలకు పాటలు రాశాడు.

ఆర్థిక మాంధ్యం వున్న రోజుల్లో, పనులు లేక పల్లెల నుంచి జనాలు పట్టణాలకు వలస పోవడం, అక్కడా పనులు దొరకక రకరకాలుగా కష్టాలు యెదుర్కోవడం. వీటన్నిటి మధ్యా వుక్కిరి బిక్కిరి అయి, వూపిరాడని నిస్సహాయతను ఈ పాట చాలా శక్తివంతంగా ప్రకటిస్తుంది. యేదో పని చేసి, తన పొట్ట నింపుకుంటూ ఇంత ఇంటికి చేరవేల్సిన అవసరాల మధ్య, ఇంటికి దూరంగా వుండాల్సి రావడంలోని వ్యథా, నిస్సహాయతల నేపథ్యంలో బంబయ్ లాంటి మహానగరంలో అతనికి కలుగుతున్న భావన : గుండెల్లో మంటా, కళ్ళల్లో తుఫాన్ల అలజడి. తిండి లేక acid reflux కారణంగా కలిగే మంట, సామాజిక వాతావరణం కలిగిస్తున్న గుండె మంటా కలిసి, కళ్ళల్లో నీరు నింపినా వాటిని బయటకు పోనివ్వని వొక తుఫాను. మింగలేక, కక్కలేక అన్నట్టున్న ఆ స్థితి అతనొక్కడిదే కాదు :

"ఈ నగరంలో ప్రతి వొక్కడూ
కలత చెంది వున్నాడెందుకో"

అంటే ఇది వొక వ్యక్తిగత విషాదం కాదు, సామాజిక చిత్రణ.

హృదయం వున్నప్పుడు అది వొక శారీరిక బాధ్యతను నెరవేర్చడానికి నెపం అక్కర్లేదు. అది దేహం వున్నంతకాలం చాలా సహజంగా జరిగిపోతుంది. కాని హృదయ స్పందనలు, మరో రకంవి, లేకుండా పోయినప్పుడు అది శిలాసదృశమై కదలిక లేకుండా జీవచ్ఛవంలా పడుంటుంది. ఇదీ ఆ మహానగరం లో ప్రతి వ్యక్తీ వ్యథ.

అంత పెద్ద జనసమూహంలోనూ ప్రతి వొక్కడూ వొంటరివాడే, కనుచూపుమేరా "జనావాసం" లేని యెడారులే. ఆఖరుకి అద్దం కూడా అతన్ని గుర్తించక కంగారుపడుతున్న దృశ్యం.

వొక సినెమా పాటగానే కాకుండా దీన్ని వొక సాహిత్య రూపంగా, కవితగా చూసినా చాలా ఉన్నత ప్రమాణాలు కలిగి, కదిలించి, గుర్తుండిపోతుంది.

ఈ సంవేదనలన్నీ సురేశ్ వాడ్కర్ తన గొంతులో పలికిస్తే, ఫారూక్ షేక్ తన కళ్ళల్లో ప్రతిఫలిస్తే, అంతే నైపుణ్యంతో ముజఫ్ఫర్ అలి కదిలే దృశ్యాలు ఆవిష్కరిస్తాయి. అంతిమంగా వొక చెరగని అనుభూతిని మిగులుతుంది.

(సీనె మె జలన్ ఆంఖో మె తూఫాన్ సా క్యూ హై : గమన్)

గుండెల్లో మంటగానూ
కళ్ళల్లో తుఫాన్ల అలజడిగానూ
వున్నదెందుకో
ఈ నగరంలో ప్రతి వొక్కడూ
కలత చెంది వున్నాడెందుకో

హృదయమంటూ వున్న తర్వాత
గుండె కొట్టుకోవడానికి నెపమెందుకో
రాతిలాగా కదలక మెదలక
స్పందన లేక ప్రాణంలేక
అది అలా పడున్నదెందుకో

ఒంటరితనపు యే మజిలీనో యిది?
కను చూపు మేరా యెడారులే యెందుకో
నాలో కొత్తగా యేం కనబడిందో మరి
అద్దం నన్ను చూసి తికమక పడుతున్నదెందుకో
(గమన్ (1978), శహరయార్, జయదేవ్, సురేశ్ వాడకర్)

(Original song)

Sine men jalan, ankhon men tufaan sa kyon hai

Is shahar men har shakhs pareshaan sa kyon hai

Dil hai to dhadkane ka bahaana koi dhundhen

Patthar ki tarah behis-o-bejaan sa kyon hai

Tanahaai ki ye kaunasi mnzil hai rafikon

Ta-had-e-najar ek bayaabaan sa kyon hai

Kya koi nayi baat nazar ati hai ham men

Aina hamen dekh ke hairaan sa kyon hai

(Gaman (1978), Shaharyar, Jaidev, Suresh Wadkar)

నేల మీద పరచుకున్న చుక్కలు

ఆమిర్ ఖాన్ చిత్రాలు ప్రత్యేకంగా వుంటాయి. మొదట్లో కొన్ని ఫక్తు వ్యాపార చిత్రాలలో పని చేసినా తర్వాత్తర్వాత విభిన్నమైన, ఉన్నతమైన చిత్రాలు చేశాడు. అటు స్టార్ గా, ఇటు గొప్ప అభినేతగా, గొప్ప సంవేదనశీలిగా, సామాజికుడుగా కనిపిస్తాడు. 2007 లో వచ్చిన ఇతని చిత్రం "తారే జమీ పర్" వొక డిస్లెక్సిక్ బాలుడి కథ. కొంత మంది పిల్లలు శారీరికంగా యెదిగినా మానసికంగా తమ ఈడు పిల్లల కంటే వెనుకబడి వుంటారు. వాళ్ళకు ప్రత్యేక శ్రద్ధ, అర్థం చేసుకుని యివ్వగల ఆసరా అవసరమవుతాయి ఈ సమాజంలో, తమ జీవితంలో నెగ్గుకు రావటానికి. కాని ఈ రేసు గుర్రాల దౌడు లాంటి జీవితంలో ఇలాంటి సున్నితమైన అంశాలను అర్థం చేసుకోగల తీరిక, సంవేదనశీలము యెంతమందికి

వుంటుంది? తల్లి దండ్రులు, ఉపాధ్యాయులు, తోటి పిల్లలు వీళ్ళందరి అనాదరణ, అపహాస్యపు ప్రవర్తన ఆ పిల్లలకు యెలాంటి నరకాన్ని చూపిస్తాయి! కచ్చితంగా ఇలాంటి అంశాన్నే తీసుకుని, ప్రేక్షకుల కంట కన్నీరొలికించి, మనస్సులను కడిగించేంత బలమైన చిత్రాన్ని తీశాడు. చిత్రంలో మొదట వచ్చే పేరు ఆ అబ్బాయి(దర్శీల్ సఫారి)ది, తర్వాత ఆమిర్ ఖాన్ ది వస్తుంది. అసలు ఆమిర్ ఖాన్ మొదట కనబడటమే ఇంటర్వెల్ కు కాస్త ముందు. దీని బట్టి అంచనా వేసుకోండి, చిత్రంలో నాయకుడు కథాంశమా, లేక ఆమిర్ ఖానా అన్నది.

సరే, ఇలాంటి చిత్రం లో వొక మంచి పాట వుంది. ఆ అబ్బాయి మనోభావాలు. తల్లిని ఉద్దేశ్యించి పాట. తను చెప్పుకోలేని, చప్పని చాలా మనోభావాలు ఆ పాటలో వ్యక్తమవుతాయి. చీకటంటే భయమనీ, దారిలో పట్టుకున్న చేయి వదిలేస్తే తప్పిపోతానేమో అన్న భయాన్ని, వూయల గట్టిగా వూపితే కళ్ళు తిరిగి పడిపోతానేమో అన్న భయాన్ని, దూరంగా (హాస్టల్ కు) పంపిస్తే విడిచి వుండలేని భయాన్ని ప్రకటిస్తాడు. ఈ భయాలన్నీ మామూలు పిల్లలకు కూడా వున్నప్పుడు, ఇలాంటి పిల్లలకు యెక్కువగా వుండే అవకాశం వుంది. పాటలో చూడండి ఈ పిల్లవాడు ఇలాంటి చిన్న చిన్న విషయాలే చెప్ప లేకున్నాడు. అలాంటప్పుడు తనలాంటి వారికి మాత్రమే కలిగే "ప్రత్యేకమైన" కష్టాలు అర్థమయ్యేలా యెలా చెప్పుకోగలడు? చెప్పినా అర్థమవుతుందా?

అద్భుతమైన పాట, అంతే గొప్ప సంగీతం, శంకర్ మహదేవన్ స్వరం వినేవాడిని కట్టిపడేస్తాయి.

సినెమా మొత్తంగా ప్రేక్షకుడి గుండెలను పట్టేస్తే, ఈ పాట ప్రత్యేకంగా కంట తడి పెట్టిస్తుంది. మలినాలన్నీ వదిలించుకుని, ప్రక్షాళన చెంది, సాటి మానవుని దుఃఖాన్ని తనదిగా చేసుకుని, ప్రేమగా బాహువులను చాచేలా చేసే పని ఈ చిత్రమూ, ఈ పాటా చేశాయని నేను భావిస్తున్నాను. మరి మీరు?

"మై కభీ బతలాతా నహీ పర్ అంధేరే సే డర్తా హూ మై మా" (తారే జమీ పర్)

యెప్పుడూ చెప్పలేదుగాని అమ్మా
చీకటంటే భయమేనే నాకు

చూపించటం చేతకాదుగాని అమ్మా
నువ్వంటే చాలా ఇష్టమేనే నాకు

అయినా, నీకన్నీ తెలుసు కదమ్మా
నా ముద్దుల అమ్మా!

జనం రద్దీగా వున్న చోట
నా చేతిని విడవవద్దు
తప్పిపోయి, మరి ఇల్లు చేరలేనేమో!

నీకు గుర్తుకు సైతం రానంత దూరం
నన్ను పంపనే వద్దు, అమ్మా
నేను అంత చెడ్డవాడినా, అమ్మా?

యెప్పుడన్నా వూయలూగుతున్నప్పుడు
నాన్న వూయల గట్టిగా వూపినప్పుడు
నా కళ్ళు బెరుకుగా నీ గురించే చూసేవి
నువ్వొచ్చి నన్ను పట్టుకుంటావేమోనని
నువ్వూ రాక, నాన్నతోనూ చెప్పలేక
బితుకు బితుకుగా కళ్ళు మూసుకునేవాడిని.
కళ్ళల్లో కనబడనివ్వను గాని
లోలోన చాలా భయమే అమ్మా!

అయినా, నీకన్నీ తెలుసు కదమ్మా
నా ముద్దుల అమ్మా!

(తారే జమీ పర్ (2007), ప్రసూన్ జోశి, శంకర్ మహదేవన్, శంకర్-ఎహ్సాన్-లాయ్)

Tujhe Sab Hai Pata Meri Maa
*Main kabhi batalaata nahin, par andhere se darata hun
main maan*
*Yun to main dikhalaata nahin, teri parawaah karata hun main
maan*
Tujhe sab hai pata, hai na maan, tujhe sab hai pata, meri maan

Bhid men yun na chhodo mujhe
Ghar laut ke bhi a na paaun maan
Bhej na itana dur mujhako tu
Yaad bhi tujhako a na paaun maan
Kya itana bura hun main maan, meri maan

Jab bhi kabhi paapa mujhe jor jor se jhula jhulaate hai maan
Meri najr dhundhe tujhe, sochu yahi tu a ke thaamegi maan
Un se main yah kahata nahin, par main saham jaata hun maan
Chehare men ane deta nahin, dil hi dil men ghabaraata hun maan
|Tujhe sab hai pata hai na maan, meri maan

*(Taare Zameen Par (2007), Prasoon Joshi, Shankar Mahadevan,
Shankar-Ehsan-Loy)*

వానజల్లే మంటలు రేపితే?

శక్తి సామంతా హిందీ రొమాంటిక్ చిత్రాలకు పేరు. అతను తీసిన ఒక సూపర్ హిట్ చిత్రం 1971 లో వచ్చిన “అమర్ ప్రేం”. బిభూతిభూషణ్ బందోపాధ్యాయ (అవును పథేర్ పాంచాలి రాసినతనే) కథ “హింగేర్ కచౌరి” ఆధారంగా తీసిన చిత్రం. శాస్త్రీయ రాగాల ఆధారంగా చేసిన ఇందులో పాటలన్నీ బాగా ప్రజాదరణ పొందాయి.

క్లుప్తంగా కథ చెప్పుకుందాం. పిల్లలు పుట్టలేదన్న కారణం చెప్పి, రెండో పెళ్ళి చేసుకుని, పుష్పను ఇంట్లోంచి వెళ్ళగొడతాడు ఆమె భర్త. తన పుట్టింటా ఆమెకు ఆశ్రయం దొరకదు. ఆత్మహత్య చేసుకోబోతున్న ఆమెను ఆమె వూరి మనిషొకతను రక్షించి, మాయమాటలు చెప్పి బ్రోతల్ లో అమ్మేస్తాడు. అదేవూళ్ళో ఆనంద్ ప్రేమరహిత వివాహంలో ఇమడలేక పుష్ప దగ్గరికి వెళ్తూ వుంటాడు, ఆమె పాటలకు

చకితుడై. నెమ్మదిగా వాళ్ళ మధ్య ప్రేమ అంకురిస్తుంది. ఆ ఇంటి పక్కనే వో కుటుంబంలో నందు అన్న అబ్బాయి తన సవతి తల్లి నిరాదరణకు గుర్రై, పుష్ప దగ్గర వాత్సల్యపూరిత ప్రేమను పొందుతాడు. పుష్ప, నందు, ఆనంద్లు సంతోషంగా వుంటారు. రకరకాల మలుపుల అనంతరం నందు వాళ్ళ కుటుంబం ఆ వూరు వదలాల్సి వస్తుంది. ఆనంద్ బావమరిది బెదిరింపుల కారణంగా పుష్ప ఆనంద్ ను దూరంగా పెట్టాల్సొస్తుంది. యేళ్ళు గడుస్తాయి. ఆనంద్ కి అతని భార్య విడాకులిస్తుంది, అతను దుర్లవాటులన్ని మానేస్తాడు. ఇప్పుడు పుష్ప కూడా మేడ్ గా పని చేస్తూ బ్రతుకుతున్నది. నందు పెద్దవాడైపోయాడు. క్లైమాక్స్ లో ఆనంద్, పుష్ప, నందులు కలవడం పుష్పను. వో కొడుకుగా నందు తన ఇంటికి తీసుకెళ్ళడంతో కథ ముగుస్తుంది.

భైరవి రాగం లో చేసిన ఈ పాట అలాగే ఇతర పాటలు కూడా చాలా పాప్యులర్ అయ్యాయి. ఈ కథలో ముగ్గురూ విధి వంచితులే కాదు, సమాజం చేత వివక్షకు గురి అయినవారే. కష్టం కలిగితే అయినవారు ఆదుకోవాలి, అలాంటప్పుడు అయినవారే కష్టపెడితే యెవరికి చెప్పుకోవాలి? ఇదే భావాన్ని రకరకాలుగా మన ముందు పెడతాడు ఆనంద్ బక్షీ. మనసును మండించే నిప్పు కణాన్ని ప్రేమ వర్షం చల్లార్చాలి. మరి సమాజం ఆమోదించని వారి మధ్య ప్రేమ, యెదగడానికి వీలు కల్పించక, గట్టి బంధంగా పరిణమించడానికి వీలు లేక, హృదయాన్ని మండిస్తే ఆ మంటలను యెవరు ఆర్పాలి? అని ప్రశ్నిస్తాడు బక్షీ. అతని మనసులో ఆమె పట్ల వున్న భావాలను తాను కట్టుకున్న ప్రేమ కలల సౌధంగా ప్రకటిస్తాడు. అది కూలిపోవడం వెనుక వున్నది అజ్ఞాత సమాజం కాదు, అందరూ దగ్గరివాళ్ళే నంటాడు. నిజమే కదా అనిపిస్తుంది. సమాజం అని మనం చెప్పుకునే సమూహంలో అందరి నోళ్ళూ మూయించడం సాధ్యమవుతుందేమో కాని అయినవాళ్ళే నిప్పులు పోస్తే యేం చెయ్యడం? అందుకే అతను మరోలా మనగలిగే అవకాశమే లేక (అవేమిటో కూడా అతని వూహకు అందవు), తాగుడుకు బానిసై ఆ మద్యమే లేకపోతే యేనాడో చనిపోయి వుండేవాణ్ణంటాడు. ఇక చివరి చరణంలో తన/తమ జీవితాన్ని/ జీవితాలని నడిసంద్రంలో చిక్కుకున్న నావతో పోల్చి దాన్ని వొడ్డుకు చేర్చాల్సిన సరంగే దాన్ని ముంచెత్తితే ఇక దిక్కెవరు అని వాపోతాడు. అన్ని పోలికలు చక్కగా కుదిరిన పాట.

101 ❄ పరేశ్ దోశీ

"చింగారి కొయీ భడకే తొ సావన్ ఉసే బుఝాయే" (అమర్ ప్రేం)

నిప్పుకణం రాజుకుంటే, వానజల్లు దాన్ని ఆర్పు
మరి ఆ వానజల్లే మంటలు రేపితే ఆ మంటలను ఆర్పేదెవరు?
శిశిరం వనాలను మోడులుగా మారిస్తే,వసంతమొచ్చి వనాలను మళ్ళీ చిగురింపజేయు
మరి వసంతమే వనాలను మోడులుగా చేస్తే ఆ వనాలను యెవరు చిగురింపజేయాలి?
కలల కోవెల యెలా కూలిందోనని నన్ను అడగకండి
అయినా ఒకళ్ళని అనేదేముందిలే, యిది అయినవాళ్ళ పనే
వొక శత్రువు గనక మనసు నొప్పిస్తే, అయినవాళ్ళు ఆ గాయాలను మాన్పుతారు
మరి అయినవాళ్ళే ఆ గాయం చేస్తే, ఇక ఆ గాయాన్ని మాన్పేదెవరు?

యేమైపోయేదో, నేను ఇంకేంచేసి వుండేవాణ్ణో తెలీదుగాని
తాగుతున్నాను గనుకనే బ్రతికి వున్నాను, లేకుంటే యెప్పుడో పోయి వుండేవాణ్ణి
లోకం నన్ను పిపాసువుగా వదిలేస్తే, ఈ మద్యం నా దాహం తీర్చు
మరి యీ మద్యమే నాలో దాహాన్ని రగిలిస్తే, ఆ దాహాన్ని తీర్చేదెవరు?

తుఫాన్ల ముందు యెవరి వేషాలూ చెల్లవని తెలుసును
కెరటాల దోషం కాదుగాని, ఈ దోషం వేరొకరిదిలే
నడిసంద్రంలో నావ వూగిసలాడితే సరంగు ఆ నావను వొడ్డుకు చేర్చు
మరి ఆ సరంగే నావను ముంచెత్తితే, ఇక ఆ నావను వొడ్డున చేర్చేదెవరు?

(అమర్ ప్రేం (1971), ఆనంద్ బక్షి, కిశోర్ కుమార్, ఆర్ డి బర్మన్)

(Original song)

Chingari Koi Bhadke Lyrics

Chingaari koi bhadke, to saawan use bujhaaye
Saawan jo agan lagaaye, use kaun bujhaaye

Patajhad jo baag ujaade, wo baag bahaar khilaaye
Jo baag bahaar men ujade, use kaun khilaaye

Hamase mat puchho kaise, mndir tuta sapanon ka
Logon ki baat nahin hai, ye kissa hai apanon ka
Koi dushman thhens lagaaye, to mit jiya bahalaaye
Manamit jo ghaanw lagaaye, use kaun mitaaye

Na jaane kya ho jaata, jaane ham kya kar jaate
Pite hain to jinda hain, na pite to mar jaate
Duniya jo pyaasa rakhe, to madira pyaas bujhaaye
Madira jo pyaas lagaaye, use kaun bujhaaye

Maana tufaan ke age, nahin chalata jor kisi ka
Maujon ka dosh nahin hai, ye dosh hai aur kisi ka
Majdhaar men naiyya dole, to maanjhi paar lagaaye
Maanjhi jo naaw duboye use kaun bachaaye

(Amar Prem (1971), Anand Bakshi,
Kishore Kumar, R D Burman)

103 ✴ పరేశ్ దోశి

తెగిన గాలిపటము

అప్పట్లో గుల్షన్ నందా నవలలు చాలా పాప్యులర్. మనదగ్గర యద్దనపూడి తదితర రచయిత్రుల నవలల లాగా. యెక్కువగా అవన్నీ రొమాంటిక్ గాథలే. వాటి ఆధారంగా సినెమాలు కూడా తీశారు. అవీ బాగా హిట్ అయ్యాయి. అలాంటి దర్శకులలో శక్తి సామంత వొకరు. అలాంటి వొక చిత్రం "కటీ పతంగ్".

కటీ పతంగ్ అంటే తెగిన గాలిపటం. వొక గాలిపటం ఆకాశంలో తెగి యెన్ని రకాలుగా గాల్లో తేలుతూ, సోలుతూ నేల మీద వాలుతుందో, ఈ కథలో కూడా సరిగ్గా అన్నే మలుపులుంటాయి. అనాథ మాధవి పెళ్ళి వొకరితో నిశ్చయం చేస్తాడు ఆమె మేనమామ, కాని ఆమె తను ప్రేమిస్తున్న కైలాశ్ తో పారిపోవాలని ఇల్లు విడిచిపెడుతుంది. కాని అక్కడ కైలాశ్ ని మరో స్త్రీ కౌగిట్లో చూసి తను

మోసపోయినట్లు అర్థం చేసుకుంటుంది. హతాశురాలై తిరిగి ఇల్లు చేరేసరికి అక్కడ పరువు పోయి, అవమానాలు తట్టుకోలేక తన మామ ఆత్మహత్య చేసుకున్నట్లు తెలుస్తుంది. మరలా ఇల్లు వదలాల్సి వస్తుంది. ఈ సారి ఆమెకు దారిలో తన చిన్ననాటి స్నేహితురాలు పూనం తన కొడుకు మున్నాతో కలుస్తుంది. తన భర్త వో ప్రమాదంలో పోయాడని, తను తన బాబుతో అత్తవారింటికి వెళ్తున్నదనీ, తనకు తోడుగా మాధవిని కూడా రమ్మని వొప్పిస్తుంది. తన అత్తా మామలు తనను చూడనే లేదని, తమ వివాహం వారికి తెలియకుండా చేసుకోవాల్సిన పరిస్థితులని తన కథ చెప్పుకుంటూ వస్తుంది పూనం. విధి వశాత్తు ఆ రైలు ప్రమాదానికి గురి అయి పూనం చనిపోతుంది. చనిపోతూ తన కోరిక మేరకు మాధవి పూనం గా వ్యవహరిస్తూ తన అత్తగారింటికి వెళ్ళేట్టు, అక్కడ తన బిడ్డను తల్లిగా పెంచేట్టు మాట తీసుకుంటుంది. అయితే దారిలో కేబ్ డ్రైవరు మాధవి మీద అత్యాచారం చేయబోవడం, సమయానికి ఫారెస్ట్ రేంజేర్ కమల్ వచ్చి ఆమెను రక్షించడం జరుగుతుంది. ఆ కమల్ తోనే తన వివాహం నిశ్చయం అయిందని తెలుసుకుంటుంది. "అత్తవారింట" ఆమె ఇక ప్రశాంతంగా వుంటుంది అనుకునేలోగా కైలాశ్ మళ్ళీ రంగంలో రావడం, రకరకాల పన్నాగాలు వేయడం ఇవన్నీ వొకదానితర్వాత వొకటిగా జరిగిపోతుంటాయి. అటు కైలాశ్ విషయం గ్రహించి ఆమెకు ఆసరాగా నిలుస్తాడు. కొన్ని అపోహలు, కొన్ని మనస్పర్థలు, మరికొన్ని మలుపులు అన్ని గడిచాక నిస్సహాయ పరిస్థితుల్లో చనిపోబోతున్న మాధవిని కాపాడి, దగ్గరికి తీసుకుంటాడు కైలాశ్. అంతటిలో కథ సుఖాంతం.

ఈ రొమాంటిక్, సెంటిమెంటల్ చిత్రం ముఖ్యంగా పాటల కారణంగా హిట్ అయ్యింది. అప్పట్లో శక్తి సామంత చిత్రాలు వరుస హిట్లు. అలాగే రాజేష్ ఖన్నా కూడా. ఆరాధనా, కటీ పతంగ్, అమర్ ప్రేం చిత్రాలతో కిశోర్ కుమార్ తన తిరుగులేని సామ్రాజ్యాన్ని సుస్థిరం చేసుకున్నాడు. అలాగే ఆర్ డీ బర్మన్ కూడా తన సత్తా చాటుకున్నాడు. పాశ్చాత్య బాణీలు, హిందుస్తానీ రాగాల ఆధారిత పాటలు, మళ్ళి వీటిలోనే రకరకాల ప్రయోగాలు: ఆర్ డి సంగీత లోకాన్ని వొక వూపు వూపేశాడు. ఈ పాటలన్నిట్లో మరో Common అంశం ఆనంద్ బక్షీ పాటలు.

ఈ సినెమా కథ చదివారుకదా. వొక తెగిన గాలిపటం నేలను చేరేలోగా యెన్నెన్ని గిరికీలు కొట్టిందో, యెన్నెన్ని విధాలా యెక్కడెక్కడో చిక్కుకుని, తెగి ముక్కలై యెలాంటి జీర్ణ స్థితిలో నేలను జేరిందో చూశారు కదా. అదంతా ఈ పాటలో పెట్టాడు ఆనంద్ బక్షి. ఇప్పుడు ఆమె హృదయంలో యెలాంటి కోరికా మిగలలేదు, అందులో యెలాంటి అలా లేవదు. చలనం లేని ఆ తటాకం జీవం లేని ఆ హృదయం. ఆమె పెళ్ళి నిశ్చయం అయ్యింది, కాని ఆమె తన ప్రేమికునితో పారిపోవాలని ఇంటి నుంచి పారిపోయింది. కాబట్టి (తండ్రి సమానుడైన మేనమామ: అక్కడ మేనరికాలు యెలానూ వుండవు, పైగా తన మేనమామ తండ్రి స్థానంలో వున్నాడు) తండ్రిని కావలించుకుని అప్పగింతలప్పుడు యేడ్చిందీ లేదు. తను పెళ్ళి కాకుండానే వితంతువయ్యింది. యెందుకంటే ఇప్పుడు తను మాధవిగా కాదు, పూనం అన్న ఆ యింటి వితంతు కోడలిగా చలామణిలో వుంది. అందుకే అంటుంది తన పెళ్ళి పల్లకి కూడా యేదో పాడె లేచినట్టే లేచింది అని. వాస్తవానికి తన మేనమామ పాడె ఆ పెళ్ళి పందిటి నుంచి తన పెళ్ళి పల్లకి స్థానంలో లేచింది. గమ్మత్తుగా ఈ పాట సినెమా కథను వొక పక్క చెబుతూనే, మరో పక్క ఆ కథ యే మాత్రం తెలియని మనిషికి కూడా వొక అందమైన కవితగా దర్శనమిస్తుంది. ఇప్పుడు తన యెదుట వున్నాడు తన వివాహం నిశ్చయమైన మనిషి, తనను కాపాడిన తన కలల దేవత. కాని ఈ పరిస్థితుల్లో తన దగ్గర యేముంది అర్పించడానికి? ఇప్పుడు తను వొక మోడు నీడనే. ఆకులు రాలిన వో చెట్టు మోడు వొక గొప్ప పద చిత్రం. కాని ఇక్కడ ఆమె తను ఆ మోడు కూడా కాదు కేవలం దాని నీడనే అంటుంది. ఆ వూహకే వాహ్వాహ్ అనాలనిపిస్తుంది. అప్పుడే యేమయ్యింది, దీని తర్వాత వచ్చే మరో భావచిత్రం చూడండి. తనిప్పుడు కన్నీటి దర్పణమంటుంది. విషాదమయమైన తన జీవితం వొక కన్నీటి చుక్క అంటే బలంగా వుంటుంది. ఇది మరో అడుగు ముందుకేసి తన జీవితం అలాంటి వో కన్నీటి దర్పణం అంటుంది. అంటే ఆ కన్నీటి చుక్క తన జీవితం మొత్తం ప్రతిబింబించే వో అద్దం. యెలాంటి రంగూ రుచీ వాసనా లేని కన్నీటి చుక్క. ఆమె రంగు-రూపు ఇక అవే.

"న కొయీ ఉమంగ్ హై న కొయీ తరంగ్ హై" (కటీ పతంగ్)

నా మనసులో యే కోరికా మిగల లేదు,
ఇందులో ఇక యే తరంగమూ కదలదు
నా జీవితం ఇప్పుడు వో తెగిన గాలిపటము

ఆకాశంలో యెగురుతున్న గాలిపటాన్ని కాస్తా
తెగి నేలపాలయ్యాను
ఇక ఈ లోకం దాన్ని యే యే తీరున చించిందో అడగవద్దు
యెవరూ నా వెంట లేరు. యెవరూ నా తోడు రారు.

తండ్రిని కావలించుకుని కంట తడి పెట్టిందీ లేదు
యేదో పాడె లేచినట్టే లేచింది నా పెళ్ళి పల్లకీ
యీ వ్యథే నా కూడా వుంది ఈ నాటికీ

ఓ కలల దైవమా! నీకు అర్పించడానికి నా దగ్గరేముందని!
ఆకులు రాలిన మోడు నీడను నేను
కన్నీటి దర్పణాన్ని నేను
ఇదే నా రూపం. ఇదే నా రంగు.

(కటీ పతంగ్ (1970), ఆనంద్ భక్షి, లతా మంగెష్కర్, ఆర్ డీ బర్మన్)

(Original song)
Na Koi Umang Hai Lyrics

Na koi umng hai, na koi tarng hai
Meri jindagi hai kya, ek kati patng hai

Akaash se giri main ek baar kat ke aise
Duniya ne fir n puchho, luta hai mujhako kaise
Na kisi ka saath hai, na kisi ka sng hai

Lag ke gale se apane, baabul ke main na royi
Doli uthhi yun jaise, arthi uthhi ho koi
Yahi duhkh to aj bhi mere ang sng hai

Sapanon ke dewata kya tujhako karu main arpan
Patajhad ki main hun chhaaya, main asuon ka darpan
Yahi mera rup hai, yahi mera rng hai

(Kati Patang (1970), Anand Bakshi, Lata Mangeshkar, R D Burman)

ఈ గుండెల్ను సైతం మండించావే! యెదీ వెలుతురు?

పగలంతా దైనందిన వ్యాపారంలో తెలీకుండానే గడిచిపోతుంది. చీకటి రాత్రులే పీకల మీదెక్కి కూర్చుంటాయి. విఫల మైన ప్రేమలు, యెడబాటుకు గురైన జంటలు, ఆ చీకటి విషాన్ని తాగుతూ, ఇలా పాటల్లో మనసు వెళ్ళదీసుకుంటారు. నిద్రకు వెలి అయి, జ్ఞాపకాలు వెంటాడి క్షోభ పెడితే, మండుతున్న గుండెలకు యెలాంటి మలామా దొరక్క విలవిల. అందులో ఆ పాట ముకేష్ స్వరంలో వుంటే అతని బాధ మన బాధ అయి కూర్చుంటుంది. నమ్మకం చిక్కాలంటే నిశ్శబ్దపు రాత్రిపూట ఇయర్ ఫోన్స్ పెట్టుకుని వినండి. మీకూ ముకేష్ కీ మధ్య చీకటి తెరలు, నిశ్శబ్దపు పరదాలు తప్ప యేమీ వుండకూడదు. ఇదే పాట లత కూడా పాడింది. ఆమె

స్వరానికి తిరుగు యేముంది? రాగం అదే, తాళం అదే. స్వరానికీ స్వరానికీ ఇసుమంత తేడా కూడా లేదు. అందుకే అతని పాట నా గుండెల్ని పిండి కన్నీళ్ళ పర్యంతం చేస్తే, ఆమె పాట గాల్లో అలా అలా సాగుతూ హాయిగా వుంటుంది. నేనైతే సినెమా చూడలేదు. కాని ఇది రాయడం కోసం రెండూ వింటుంటే వొకటనిపించింది. వాళ్ళు విడిపోయారు. యెలాంటి పరిస్థితులో మనకు తెలీదు. అతనికి ఆమె మీద అభియోగం. అతని బాధ అగాథం. మనల్ని కూడా అందులోకి లాక్కెళ్ళేంత. కాని ఆమె పాటలో సాహిత్యం చూడండి. యేవో బలమైన కారణాల చేత అతన్ని మళ్ళీ చూడకూడదనుకుంటుంది. ఆమె లోలోన పడుతున్న క్షోభ యెవరికీ కనపడనిది. చూడకూడదని ప్రమాణం చేసిన తనని మనసు బలహీనపడి ప్రమాణం తప్పేలా చేయొద్దంటూ మొర పెట్టుకుంటుంది. ఇప్పుడు తన మనసు విరిగి, ఆశలు ఉడిగి, తుఫానులో చిక్కుకుపోయి మునగబోతున్న నావలో వుంది. నావికుడికి చేతులూపి వొడ్డుకు చేర్చే వ్యర్థ ప్రయత్నం చేయ వద్దంటుంది. సాహిత్యం చూశాక, ఆమెలో ఆ యెడబాటు కలిగించిన బాధతో పాటు, తను తీసుకున్న నిర్ణయాలు, వాటినెట్లాంటి పరిస్థితుల్లోనైనా నిలబెట్టుకోవాలన్న బలమైన ఆలోచనా ఇవన్నీ కనిపిస్తునాయి. అందుకే ఆమె స్వరం బేలగా వుండదు, మనల్ని కూడా కన్నీటి పర్యంతం చేయదు. అతనిది బాధల్లో కొట్టుకుపోతున్నవాడి విలాపం లా వినిపిస్తే, ఆమె పాట వొక పరిణతి కనిపించే విషాదాన్ని ధ్వనిస్తుంది. ఇద్దరూ ఇద్దరే.

1960లో వచ్చిన "దిల్ భి తేరా హం భి తేరే" చిత్రం. ఇది ధర్మేంద్ర నటించిన మొదటి చిత్రం. బల్రాజ్ సహాని, ధర్మేంద్ర, కుంకుం లు నటించారు. సంగీతం కల్యాణ్ జి-ఆనంద్ జి లది. దర్శకత్వం అర్జున్ హింగోరానిది. ఈ పాట రాసింది షమిం జైపురి. ఇతను గజళ్ళు బాగా రాశాడు. తక్కువే అయిన మంచి సినేమా పాటలు రాశాడు. ఇది కాక "సోనా చాంది", "కాలా ఆద్మి", "సహేలి", "బాఘి హసీనా", "రాజ్", "చేతనా దోరాహే పర్" లాంటి చిత్రాల్లో కూడా రాశాడు.

ఇదివరకటి సినెమాల్లో విషాద గీతాలు అనివార్యంగా వుండేవి. విషాదం దాచిపెట్టుకునేదో, అణుచుకునేదో, దాగుడుమూతలాడేదో, సిగ్గుపడవలసిందో మనం అనుకోలేదు. సంతోషంతో పాటు విషాదాన్నీ మనం సెలెబ్రేట్

చేసుకున్నాం. వొక అనివార్యతగా గుర్తించాం. మరి ఇప్పటి పాటల్లో దాన్ని యెందుకు దాటవేస్తున్నాము? మన జీవితాల్లోంచి విషాదం లేకుండా యెమన్నా మాయమయ్యిందా? మొన్నే కదా ఆ యెడబాటు వల్ల అర్జున్ రెడ్డి పడ్డ నరకాన్ని చూసి జనం కూడా సహానుభూతి (empathise) చెందింది. నాకు కారణమైతే తెలీదుగాని, కళ్ళు చెమ్మగిల్లుతున్నాయంటే లోపలేదో సజీవంగా కొట్టుకుంటుందని తెలుస్తూ వుంటుంది.

"ముఝ్కో ఇస్ రాత్ కీ తనహాయిమే ఆవాజ్ నదో" (దిల్ భీ తేరా హం భీ తేరే)

(అతని విలాపం)

ఈ యేకాంత చీకటి బావుల్లాంటి రాత్రుల్లో
నా కోసం యెలాంటి పిలుపూ వద్దు
తన స్వరాలతో నా కంట తడిపెట్టించే
యే వాద్యమూ శృతి సైతం చేయొద్దు

ఈ గుండెల్ను సైతం మండించానే
యెదీ వెలుతురు?
బాధల్లో నిండా మునిగి వున్నాను,
నన్ను మరింత బాధకు గురిచేయకు.

అంత వేగంగా నన్ను మరిపించి నన్ను దూరం పెట్టావే
ఈ ద్రిమ్మరి గతి గురించి అసలు ఆలోచనే లేదా?
నానుంచి దాక్కున్నదానివి, కనీసం నా జ్ఞాపకాల్లో సైతం రావొద్దు.

(ఆమె విషాదం)

ఈ యేకాంత చీకటి బావుల్లాంటి రాత్రుల్లో
నా కోసం యెలాంటి పిలుపూ వద్దు
తన స్వరాలతో నా కంట తడిపెట్టించే
యే వాద్యమూ శృతి సైతం చేయొద్దు

నిన్ను మరి కలవకూడదని ప్రమాణం చేసి వున్నాను
అది యెలాంటి క్షోభో నీకు ఇసుమంతైనా తెలీదు
మళ్ళీ ఈ మనసు గాడి తప్పి,
నా ప్రమాణం నిలుపుకోలేని ప్రరిస్థితి తేవొద్దు

మనసా, అది యెప్పుడో విరిగి పోయింది
ఆశ కూడా అడియాసైపోయింది
హృదయమూ జారిపోయింది, చుక్కాని కూడా నా అదుపు తప్పింది
తుఫానులో ఇరుక్కున్న నన్ను వొడ్డుకు చేర్చమన్న
సంజ్ఞలు నావికునితో చేయొద్దు.

("దిల్ భీ తేరా హం భీ తేరే" (1960), షమీం జైపురి, వొకసారి ముకేష్, మరోసారి లత)

(Original song)

Male version:

mujhko is raat ki tanhaayi mein aawaaz na do
jiski aawaaz rulaa de mujhe wo saaz na do

raushni ho na saki dil bhi jalaayaa maine
tumko bhoolaa hi nahin laakh bhulaayaa maine
main pareshaan hoon mujhe aur pareshaan na karo

is kadar jald kiya mujhse kanaaraa tumne
koyi bhatkegaa akelaa ye na sochaa tumne
chhup gaye ho to mujhe yaad bhi aayaa na karo

Female version :

Mujhko Is Raat Ki Tanhaai Mein Aawaz Na Do
Aawaz Na Do Aawaz Na Do
Jiski Aawaz Rula De Mujhe Woh Saaz Na Do
Woh Saaz Na Do
Aawaz Na Do...

Maine Ab Tum Se Na Milane Kii Kasam Khaaii Hai
Kyaa Khabar Tumako Merii Jaan Pe Ban Aaii Hai
Main Bahak JaauuN Kasam Khaake Tum Aisaa Na Karo
Aawaz Na Do...

Dil Meraa Duub Gayaa Aas Merii Tuut Ga_Ii
Mere Haathon Hii Se Patavaar Merii Chhuut Ga_Ii
Ab Main Tuufaan Mein Huun Saahil Se Ishaaraa Na Karo
Aawaz Na Do...

("Dil bhi tera Ham bhi tere" (1960), Shamim Jaipuri, once
    Mukesh and once Lata Mangeshkar (two solos))

యెన్ని కన్నీళ్ళు సరిపోతాయి బాధాగ్నిని చల్లార్చడానికి?

హిందీ సినెమాలలో యథోచితంగా జానపదాలను వాడుతుంటారు. అప్పుడూ, ఇప్పుడూ నూ. సంజయ్ లీలా భన్సాలి నే తీసుకోండి: పింగాగ పోరి అన్న మరాఠి లావణి బాజీరావ్ మస్తానిలో, నగాడ సంగ్ ఢోల్ బాజే అన్న గుజరాతీ గర్బా రాంలీలలో, రాజస్థాని ఘూమర్ పద్మావత్ లో ఇచ్చాడు. ఇక నా తరం వాళ్ళకు పాత ఖజానా చాలానే వుంది. సీనియర్ బర్మన్, సలిల్ చౌధరి లు ఈశాన్య ప్రాంతపు జానపదాలను పరిచయం చేస్తే, వసంత్ దేశాయ్ గుజరాత్ జానపదాలని. ఇలా చాలా ప్రాంతాల నుంచి వచ్చిన సంగీతకారులు వుండబట్టే హిందీ సినెమా పాటల్లో ఆ వైవిధ్యం.

సరే, ఈ రోజు వొక పంజాబి జానపదం చూద్దాం. ఇందులో మొదటి వాక్యం వొక జానపదమ్నుంచి తీసుకుని, సినెమా సందర్భానికి తగ్గట్టుగా మలచుకున్నారు. ఆసక్తి వున్న వారికి ఆ ఒరిజినల్ జానపద లంకె కూడా ఇస్తున్నా. Enjoy.

1991 లో వచ్చిన హినా, ఖ్వాజా అహ్మద్ అబ్బాస్ రాస్తే, రణధీర్ కపూర్ దర్శకత్వం వహించాడు. వొక రకంగా చెప్పాలంటే ఇది రాజ్ కపూర్ చివరి చిత్రమూ, రణధీర్ కపూర్ మొదటి చిత్రమూ. వో మహానుభావుడన్నట్టు "సినెమా అంతా రెడీ, షూటింగ్ మాత్రం మిగిలింది" అన్న స్టేజిలో రాజ్ కపూర్ చనిపోయాడు. ఆఖరికి రెండు పాటలు (వొకటి ఇది, రెండోది "దేర్ న హో జాయె") కూడా రికార్డు చేయించేడు. రిషి కపూర్, అశ్విని భావే, పాకిస్తానీ నటి జేబా భక్తియార్ లు నటించారు. పాకిస్తాని మాటల రచయిత హసీనా మోయిన్ మాటలు చాలా బాగా రాసింది. ఈ చిత్రం హిట్ అవడమే కాకుండా విమర్శకులకు కూడా బాగా నచ్చింది. అకాడమి అవార్డుకు నామినేట్ చేశారు గాని, చివరి అయిదులో నిలవలేదు. అన్నీ గొప్పగానే వుంటాయి ఇందులో, పాటలు, మాటలు, సంగీతం, నటన, కథ. వివరాల జోలికి వెళ్ళను గాని, చూడని వాళ్ళు వొకసారి తప్పక చూడమని మాత్రం చెప్తాను.

ప్రియురాలు భారతదేశంలో తన తప్పి పోయిన ప్రియుని గురించి యెదురు చూస్తూ, కన్నీళ్ళు పెట్టుకుంటుంది. ప్రియుడేమో పక్క దేశంలో కటకటాల వెనుక తోయబడి నిస్సహాయంగా కన్నీళ్ళు దిగమింగుకుంటున్నాడు. అతని కోరిక మేర అతని సందేశం అతని ప్రియురాలికి అందచేసే పని నెత్తినేసుకుంటుంది అతన్ని ప్రేమించే పాకిస్తానీ అమ్మాయి. జరిగిందేమిటంటే వరదలో కొట్టుకుపోయిన అతను పాకిస్తాన్ గడ్డ మీద కళ్ళు తెరుస్తాడు. కాని అతనికి యేమీ గుర్తుండదు. అతనికి సపర్యలు చేసిన ఆ అమ్మాయీ, అతనూ పరస్పర ప్రేమలో పడతారు. కాని అతని నిజమైన ఉనికి తెలిసేటప్పటికి దాదాపు మహాభారతమే అవుతుంది. కాని హినా తన బాధను తన మనసులోనే దాచుకుని, ఆ ప్రేమికులను కలిపే ప్రయత్నంగా ఈ పనికి వొప్పుకుంటుంది.

ఈ సందర్భం లో ఈ పాట ఉత్తరాన్ని ఉద్దేశించినా, విషయం యెల్లలెరుగని సార్వజనీన ప్రేమ గురించే. ఆ అందమైన కాశ్మీరు అందాలు, అంతే అందమైన జేబా భక్తియార్ లను చూస్తూ వినండి పాటను. అవును, చూడండి. కళ్ళూ చల్లబడతాయి, మనసు ప్రేమతోనే బరువెక్కుతుంది. అంతిమంగా గుర్తుండిపోతుంది. ఇంకేం కావాలి?

115 ❄ పరేశ్ దోశీ

"చిఠ్ఠివే ని దరద్ ఫిరాక్ వాలియే" (హినా)

వో ఉత్తరమా, రెక్కలు కట్టుకుని యెగిరిపో
పరాయోళ్ళ చేతికి చిక్కేవు, జాగ్రత్త సుమా!
క్షేమ సమాచారాలు మోసుకెళ్ళి,
క్షేమ సమాచారాలు తీసుకురవాలి మరి!

వో ఉత్తరమా!
యెంతో వేదన నిండిన హృదయ సందేశాలు తీసుకుపో
నీకు ఆ మూలుగుతున్న హృదయం మీద ఆన
ప్రేమ సందేశం జాగ్రత్తగా మోసుకెళ్ళూ!

పమిటంచు చాటున నిప్పుకణికలూ
ప్రేమా
యేవీ దాయతరం కాదు
పెదాలకు మౌనపు తాళాలు వేసుకున్నప్పటికీ
అయినా గాని ఈ లోకానికి ఈ రహస్యం
యెట్లా తెలుస్తుందో తెలిసిపోతుంది మరి!
యేం చేసినా రాతి గుండెల్ను చీల్చుకుని మరీ
చిగురిస్తుంది ప్రేమ మొలక!

యెవరికీ యెడబాటనేది రాకూడదు
ప్రియుడు ప్రియురాలినుంచి దూరం కానే కూడదు
కన్నీళ్ళకు ప్రేమతో చాలా దగ్గరి సంబంధం అంటారుకదా
అయినా,
యెన్ని కన్నీళ్ళు కలిసినా యెడబ్బాటైన హృదయాల బాధాగ్నిని చల్లార్చలేవు
దీర్ఘ నిరీక్షణ కంటే చావే మేలు కదా!
దేవుడా! యెవరికీ ఇలాంటి నిరీక్షణ అన్న దుఃఖం మాత్రం ఇవ్వబోకు.
("హినా" (1991), నక్ష్ లయాల్పురి, రవీంద్ర జైన్, లతా మంగేష్కర్)

(original song)

Chitthiye punk laga ke udd ja, gayer ke hath naa awaye
Kher kabhar laye aridaye, kher kabar le jayevee

chitthiye ni dard firaq valiye
leja leja sanedaa sone yaar da
tenu vasta-e-dil de pukar yaar
chitthiye dard firaq valiye

pal vich agg de angare nahi lukde
ishq se musq chhupaye nahi chhupde
phir bhi ye raz phir bhi ye raz jan jati hai duniya
hotho pe lagale chahe tale koi chhupde
o buta patthra se ug da ye pyar da
chitthiye dard firaq valiye

aave na bichhoda koi bikhre na yaar se
sunte hai aansuo ka rishta hai pyar se
aansuo se dard ke ansuo se dard ke shole nahi bujhate
hayo rabba maut changi lambe intzar se
o ho dukh dena na kisi ko intzar da
chitthiye dard firaq valiye

("Hina" (1991), %Naqsh Layalpuri, Ravindra Jain, Lata
Mangeshkar.)

మీ చూపుల బాణాలు, రక్త సిక్తమైన నా హృదయమూ చూస్తాను!

పాకీజా పాట మరొకటి. 1972 లో వచ్చిన "పాకీజా" (అంటే పవిత్రమైన) మీనా కుమారి నటించిన చివరి చిత్రం. కమాల్ అమ్రోహి దర్శకత్వం వహించిన ఈ చిత్రం ఈరోజు కూడా వొక క్లాసిక్ గా చూడబడుతుంది. ఆ షాట్ కంపోసిషన్ గురించి కాని, (ఈ పాటే చూడండి తెలుస్తుంది), ఆ కథ, సంభాషణలు, నటనలు, పాటలు, సంగీతము వొకటేమిటి సర్వస్వం. యెంతో శ్రద్ధాశక్తులతో తీసిన చిత్రమిది. మీనా కుమరి పైన తనకున్న ప్రేమనంతా ఈ చిత్రంలో పరిచాడు కమాల్. ఇది వొక తవాయిఫ్ (నృత్యాంగన, వేశ్య) కథ. ఆమెకు ప్రజల మనస్సు రంజింపజేయడమే తప్ప ప్రేమించే అధికారం లేదు. ఆమె తల్లి వొక భద్ర యువకుడిని ప్రేమించి, తగిన గౌరవకర

స్థితిని పొందలేక, వొక ఆడపిల్లను కని చనిపోతుంది. ఆమె కూడా తన హృదయ సంవేదనలను నియంత్రించలేక పోతుంది. వొకానొక రైలు ప్రయాణంలో ఆమె నిద్రిస్తూ వుండగా చూసిన వో యువకుడు చీటి రాసి పెట్టి వెళ్తాడు. "మీ పాదాలను చూశాను. చాలా అందంగా వున్నాయి. వాటిని నేలపై పెట్టకండి, మాసిపోతాయి" అని వుంటుంది అందులో. (అప్పట్లో నవ్వు కున్నాను కాని, ఇప్పుడు foot fetish అనిపిస్తుంది. ఉర్దూలో యేం చెప్పినా కవిత్వమే!) అలాంటి అపరిచిత వ్యక్తిని మనసులోనే ప్రేమిస్తుంది. జీవితం వారిని చాలా సార్లు కలపడం, యెడబాటుకు గురి చేయడం చేస్తుంది. ఆ ప్రేమ పెళ్ళివరకు వెళ్ళనే వెళ్ళదు.

ఇప్పుడు ఈ పాట కూడా అతని వివాహ సందర్భంలో యేర్పాటు చేసినదే. (ఇలాంటి సన్నివేశాలు అప్పట్లో కొన్ని చిత్రాలలో వుంది). ఈ సన్నివేశాన్ని దృష్టిలో పెట్టుకుంటే ఆ పాట యెంత అందంగా అల్లబడిందో అర్థమవుతుంది. అలాగే చిత్రీకరణ కూడా. నేల మీద ఆనిస్తే మాసిపోయే పాదాలు గాజు పెంకుల మీద నర్తించి రక్తమోడుతాయి. వొక విఫల ప్రేమ, వో తవాయిఫ్ స్వప్న భంగం, సమాజంలో ఆమె హోదా ఇలాంటి చాలా విషయాలు దృశ్యపరంగా చెబుతాడు కమాల్.

ఇక పాత కాలమ్నుంచీ హీరోయిన్లు ఆ కాలానికి తగ్గట్టుగా పాత్రలు వేస్తూ వున్నారు. మీనా కుమారి వరకు వచ్చే సరికి విషాదం, విరహం, కన్నీళ్ళు ఇలాంటివన్నీ గుర్తుకొచ్చే పాత్రలు. కాని ఆమె కొన్ని అనితరసాధ్యమైన పాత్రలు కూడా చేసింది. వంద యెందుకు, వొక్కటి చాలదా? సాహెబ్ బీబీ ఔర్ గులాం లో చాలా సంక్లిష్టమైన్ పాత్రను ఆమె అనితరసాధ్యంగా చేసింది. ఆమె ప్రత్యేకతలు ఆ కళ్ళ బాసలు, ఆమె స్వరము, స్పష్టమైన శుద్ధమైన ఉర్దూ ఉచ్చారణ, సంభాషణా చాతుర్యమూనూ. (ఆమె కవి కూడా.) ఇక తర్వాతి తరం నాయికలలో స్మితా పాటిల్, షబానా ఆజ్మిలు వచ్చి పాత్రల స్వభావమే మార్చేశారన్నా తప్పులేదు.

సరే. ఈ పాటను వినడమే కాదు, చూడండి. కమాల్ వాకయీ కమాల్ కా ఆద్మీ హై!

"ఆజ్ హం అప్నీ దువాఉ కా అసర్ దేఖేంగే" (పాకీజా)

ఈ రోజు నా ప్రార్థనల ఫలితమేంటో చూస్తాను
మీ చూపుల బాణాలు, రక్త సిక్తమైన నా హృదయమూ చూస్తాను

మీరేమో చూపులు కలపడానికి కూడా సిగ్గు పడుతున్నారే
మీ గుండె చప్పుళ్ళకే మీరు బెదిరిపోతున్నారే
అయినా నా పంతంకొద్దీ ఈ రోజు నెత్తురోడుతున్న
నా హృదయాన్ని చూస్తాను
మీ చూపుల బాణాలు, రక్త సిక్తమైన నా హృదయమూ చూస్తాను

ఓ బేల హృదయమా, ప్రేమించడం నీకు భారమే
ప్రేమను కలగన్నా అది నీకు భారమేనా
అయినా ఈ రోజు ఈ స్వప్న ఫలాన్నీ చూస్తాను
మీ చూపుల బాణాలు, రక్త సిక్తమైన నా హృదయమూ చూస్తాను

ఈ రోజు ఈ ప్రేమ విభావరి ప్రాణాంతకంగా వున్నది
మండి మండి ఈ దీపమూ పొగలు కక్కుతూ
మలిగిపోవాల్సిందే ఈ రాత్రి
ఈ రాత్రి గనక బతక గలిగితే రేపు పొద్దు చూస్తాను
మీ చూపుల బాణాలు, రక్త సిక్తమైన నా హృదయమూ చూస్తాను

ఈ రోజు నా ప్రార్థనల ఫలితమేంటో చూస్తాను
మీ చూపుల బాణాలు, రక్త సిక్తమైన నా హృదయమూ చూస్తాను

("పాకీజా" (1971), కైఫ్ భోపాలి, గులాం ముహమ్మద్, లతా మంగేష్కర్)

(Original song)

aaj ham apanii duaaon kaa asar dekhenge
tIr-e-nazar dekhenge, zakhm-e-jigar dekhenge (2)

aap to aaNkh milaate hue sharamaate hain,
phir bhii ye zidd hai ke ham zakhm-e-jigar dekhenge,
tIr-e-nazar dekhenge, zakhm-e-jigar dekhenge (2)

pyaar karanaa dil-e-betaab buraa hotaa hai
sunate aaye hain ke ye khvaab buraa hotaa hai
aaj is Kvaab kii taabiir magar dekhenge
tIr-e-nazar dekhenge, zakhm-e-jigar dekhenge (2)

jaanalevaa hai muhabbat kaa samaa aaj kii raat
shumua ho jayegii jal jal ke dhu.naa aaj kii raat
aaj kI raat bachenge to sahar dekhenge (2)
tIr-e-nazar dekhenge, zakhm-e-jigar dekhenge (2)

("Pakeeja" (1971), %Kaif Bhopali, Ghulam Mohammed, Lata Mangeshkar)

వైరముతో నైనా ఈ హృదయాన్ని గాయపరచడానికైనా రా!

ఈ సారి ఘజల్ చక్రవర్తి మెహదీ హసన్ ని తలచుకుందాం. 1927లో బ్రిటీష్ ఇండియా లో పుట్టిన మెహదీ తన ప్రారంభ శిక్షణ తండ్రి ఉస్తాద్ అజీం ఖాన్ దగ్గరే మొదలుపెట్టాడు. అన్న పండిత్ ఘులాం ఖాదిర్ తో పాటు తన చిన్నవయసులోనే కచేరీలో ధ్రుపద్, ఖయాల్ లు పాడాడు. భారత స్వాతంత్రానంతరం అతని కుటుంబం పాకిస్తాన్ కు వెళ్ళిపోయింది. అక్కడ చాలానే ఆర్థిక సమస్యలను యెదుర్కున్నారు. వొక పక్క మెకానిక్కుగా పని చేస్తూనే తన రియాజ్ (ప్రాక్టీస్) మానలేదు. 1957లో పాకిస్తాన్ రేడియోలో ఠుమ్రీ గాయకునిగా వచ్చిన అవకాశం అతనికి మంచి పేరు తెచ్చి పెట్టింది. ఉర్దూని బాగా ఇష్టపడే ఇతను ఘజళ్ళలో ప్రయోగాలు చేసేవాడు. సినెమాకి పాడిన పాటలు, ఘజళ్ళు ఇతనికి మరింత పేరునూ, ప్రాచుర్యాన్ని

సాధించి పెట్టాయి. "తేరా మిల్నా" ఘజలు అతనితో పాడిన లతా మంగేష్కర్ అనడం యేమిటంటే అతని స్వరం నుంచి దైవమే పలుకుతుందీ అని. జగజీత్ సింఘ్ నుంచి సోను నిగం వరకూ యెన్నో తరాలను ప్రభావితం చేసిన ఈ గాయకుడు 2012లో అనారోగ్యంతో చనిపోయాడు.

అహ్మద్ ఫరాజ్ (1931-2008) పాకిస్తానీ ఘజల్కారుడు. గత శతాబ్దిలో యెన్నతగిన కవుల్లో వొకడు. ఫరాజ్ అతని కలం పేరు (తఖల్లుస్: ఇది ఘజల్ లో కూడా ప్రకటిస్తే యేదో వొక పాదంలో ప్రకటించవచ్చు). అసలు పేరు సయ్యద్ అహ్మద్ షా. ఇతను కూడా భారత దేశంలో పుట్టి దేశ విభజనానంతరం పాకిస్తాన్లో స్థిరపడ్డాడు. ఉర్దూ పర్షియన్ భాషలలో మాస్టర్స్ చేసిన ఇతనికి కాలేజి రోజుల్లో అలి సర్దార్ జాఫ్రి, ఫైజ్ అహ్మద్ ఫైజ్ లు (మరో ఓ గొప్ప కవులు) ఇతన్ని బాగా ప్రభావితం చేశారు. జియా ఉల్ హక్ సమయంలో సైనికరాజ్యాన్ని విమర్శించినందుకు జైలు పాలయ్యాడు. "లోపలి నుంచి వత్తిడి వుంటే తప్ప నేను యేమీ రాయను" అంటుండే ఇతను కిడ్నీ ఫేలయ్యి 2008 లో చనిపోయాడు.

ఈ ఘజలు ఇతని తర్వాత జగజీత్ సింఘ్, హరిహరన్, తలత్ అజీజ్ ల నుంచి సోనూ నిగం, పాపోన్ వరకూ యెందరో పాడారు. అహ్మద్ ఫరాజ్ రాసిన ఈ గజలును మొదట ఇక్బాల్ బానో పాడినా ఇతను పాడిన తర్వాతే బాగా ప్రాచుర్యంలోకి వచ్చింది.

"రంజిష్ హీ సహీ దిల్ కో దుఖానే కే లియే ఆ"

వైరముతో నైనా ఈ హృదయాన్ని గాయపరచడానికైనా రా
రా, మళ్ళీ నన్ను వొంటరిగా వదిలి వెళ్ళడానికైనా రా

ఇంకా భ్రమ పూరిత ఆశలతో వెలుగుతున్నదీ హృదయం
ఈ చివరి దీపమూ ఆర్పడానికైనా రా

బాధాసౌఖ్యానికి నే వెలి అయ్యి వొక యుగమే గడిచిందే
ఓ దయగలదానా నా కంట కన్నీరొలికించి సాంత్వన అన్నా ఇద్దుగాని రా

నా ప్రేమ మీద గౌరవ సూచనగానైనా రా
నన్ను అనునయించడానికైనా వోసారి రా

ప్రపంచం నుంచి దాయడమే ప్రేమని వొప్పుకున్నాం గాని
చాటుగానైనా ఆ ప్రేమను ప్రకటించుదువుగాని రా

రాకుండా వుండడానికి యెన్నెన్ని సాకులు నీకు వున్నాయో
అలాగే మరలా వెళ్ళకపోవడానికి యేదో సాకును కనిపెట్టి మరీ రా

మునుపటివలె మనమధ్య ప్రేమా సయోధ్యలు లేకున్నా
లోకసాంప్రదాయాలను తృప్తి పరచడానికైనా రా

యెవరెవరికని చెబుతాము మనం విడిపోయినడానికి కారణాలు
నీకు నామీదే కదా కోపం, కనీసం ఈ లోకం గురించైనా రా

(అహ్మద్ ఫరాజ్ రాసిన ఘజలు మెహదీ హసన్ స్వరంలో)

(Original ghazal)

Rnjish hi sahi dil hi dukhaane ke lie a
A fir se mujhe chhod ke jaane ke lie a

Ab tak dil-e-khushafaham ko hai tujh se ummiden
Ye akhiri shammen bhi bujhaane ke lie a

Ek umr se hun lajjat-e-girya se bhi maharum
Ai raahat-e-jaan mujhako rulaane ke lie a

Kuchh to mere pindaar-e-mohabbat ka bharam rakh
Tu bhi to kabhi mujhako manaane ke lie a

Maana ke mohabbat ka chhupaana hai mohabbat
Chupake se kisi roz jataane ke lie a

Ab tak dil-e-khushafaham ko hai tujh se ummiden
Ye akhiri shammen bhi bujhaane ke lie a

*Pahale se maraasim na sahi fir bhi kabhi to
Rasm-o-rahe duniya hi nibhaane ke lie a

Jaise tumhen ate hain n ane ke bahaane
Aise hi kisi roz n jaane ke lie a

Kis kis ko bataaenge judaai ka sabab ham
Tu mujhase khafa hai to zamaane ke lie a

(Written by Ahmed Faraz, composed and sung by Mehdi Hasan)

www.ingramcontent.com/pod-product-compliance
Lightning Source LLC
LaVergne TN
LVHW090055230825
819400LV00032B/745
* 9 7 8 9 3 9 2 9 6 8 4 2 6 *